# കുഞ്ഞൻ കഥകൾ

കവിത കണ്ണൻ

Made with ♥ on the Notion Press Platform
www.notionpress.com

# ഉള്ളടക്കം

# ആമുഖം

കവിത കണ്ണൻ

കുഞ്ഞൻകഥകൾ എന്നുപറഞ്ഞാൽ
കുഞ്ഞിലുള്ള കഥകൾ,
കുഞ്ഞന്മാരുടെ കഥകൾ,
കുഞ്ഞു കഥകൾ,
എങ്ങനെയും വ്യാഖ്യാനിക്കാം.

വളർന്നുപോയി എന്ന് വേദനിക്കുന്ന എല്ലാ കുഞ്ഞുമനസ്സുകളുടെയും ഭാവനക്കു വിട്ടിരിക്കുന്നു കുഞ്ഞനെ.

പുരനിറഞ്ഞും കവിഞ്ഞും വളരുന്ന ജീവിതത്തിന്റെ ഭാരം കൂടുമ്പോൾ ആശ്വാസത്തിനായി ഒന്നു കണ്ണടച്ചാൽ ഭാരം കുറഞ്ഞുകുറഞ്ഞു കുഞ്ഞനായി ഒഴുകി ഊളിയിടും ഞാൻ.സ്മൃതിയിലാഴ്ന്നുപോയ എന്റെ കുഞ്ഞുലോകത്തിലേക്ക് .

മാത്തൂരമ്മ എന്ന് വിളിക്കുന്ന അച്ഛമ്മയും അവരുടെ മക്കളും മരുമക്കളും പേരക്കിടാങ്ങളായ ഞങ്ങളും, പണിക്കാരും പശുക്കളും തൊടികളും കണ്ടങ്ങളും കുളങ്ങളും മരങ്ങളും 'അയാൾ ' എന്ന് ബഹുമാനത്തോടെ വിളിക്കുന്ന ഗുരുവായൂരപ്പനും തെരുവത്തെ തങ്ങളും 'ശിവൻകോവിലിലെ ' ശിവനും ഞങ്ങടെ ദേശ ഭഗവതികാളിമുത്തിയും ഒക്കെ അംഗങ്ങളായുള്ള വലിയൊരു കൂട്ടുകുടുംബത്തിന്റെ വിശാലതയിലേക്ക്. ...

പൂമ്പാറ്റച്ചിറകുകൾ പോലെ വർണാഭമായ ബാല്യത്തിലേക്ക്. ...

# 1

# ഞങ്ങടെ കാളിമുത്തി.

“സ്ഥാനത്തും അസ്ഥാനത്തും പറയേണ്ട പേരല്ലാ കാളിമുത്തി ”.ഇങ്ങനെ മാത്തൂരമ്മ എന്ന് വിളിപ്പേരുള്ള അച്ചമ്മ ഞങ്ങൾ കുട്ടിസംഘത്തിന് താക്കീത് നല്കിയിട്ടുണ്ടെങ്കിലും, കളികളിൽ അദൃശ്യ സാന്നിധ്യമായി കൂട്ടാറുണ്ട് ഞങ്ങൾ കാളിമുത്തിയെ.ഉഗ്രമൂർത്തിയായ ദേശക്കാവിലമ്മയാണ് കാളിമുത്തി.എല്ലാ നിർണായക ഘട്ടങ്ങളിലും മുതിർന്നവരും ജാതിഭേദമന്യേ കൂട്ടുവിളിക്കുന്നത്, കാളിമുത്തിയെയാണ്. ഞങ്ങളുടെ കുഞ്ഞോർമ്മകളിലെയും വലിയോർമ്മകളിലെയും നിറസാന്നിധ്യം. ഉള്ളു പൊള്ളയായ വലിയൊരു പുളിമരത്തിന്റെ താഴെയാണ് പ്രതിഷ്ഠ.ശക്തിയായകാറ്റിലും മഴയിലും,അടുത്തുള്ള മരങ്ങളൊക്കെ കടപുഴകിയാലും ആ പുളിമരം അനങ്ങില്ല.ഇന്നും അതൊരത്ഭുതമാണ്.അന്യായത്തിന് കൂട്ടുനിൽക്കില്ലെന്നു മാത്രമല്ല, വിളിച്ചാൽ വിളിപ്പുറത്തെത്തും എന്ന് ഞങ്ങളെല്ലാവരും വിശ്വസിക്കുന്ന ഞങ്ങൾടെ കാളിമുത്തി.

ആരാണീ ഞങ്ങൾ എന്നല്ലേ?

തറവാട്ടിലെയും അയലപ്പക്കത്തെയും കുട്ടികൾ ചേർന്നാൽ മൂന്നു വയസ്സുമുതൽ പതിമൂന്നു വയസ്സുവരെയുള്ള ഒരു സംഘമായി.അതാണ്ഞങ്ങൾ. മുതിർന്ന അംഗങ്ങൾ ചെറിയവരെ നോക്കിക്കൊള്ളുമെന്ന ആത്മവിശ്വാസമുള്ളത് കൊണ്ട്, വീടുകൾക്കുള്ളിൽ കേറികളിക്കരുത് എന്നൊരു കുഞ്ഞുനിബന്ധനയിൽ ഞങ്ങൾക്ക് എപ്പോഴുംസംഘംചേരാം, വിശാലമായതൊടിയിൽ സുരക്ഷിത സ്ഥലങ്ങളിൽ സമ്മേളനം നടത്താം, അലറിവിളിക്കാം, അട്ടഹസിക്കാം, ഗുസ്തിപിടിക്കാം , കുത്തിമറിയാം...

സംഘത്തിലെ ഉദയൻ, മാംവീട്ടിലേക്കു (അമ്മാവന്റെ വീട്) പോയിവന്നതിന്റെ വിശേഷങ്ങളായിരുന്നു അന്നത്തെ വിഷയം. അതിൽ ഞങ്ങളെ അദ്ഭുതപ്പെടുത്തിയത് രണ്ടുപനപ്പൊക്കത്തിൽ പറക്കുന്ന പട്ടം

അവൻ ഉണ്ടാക്കാൻ പഠിച്ച വീരകഥയാണ്. അല്ലെങ്കിലും ഒരു വീരപരിവേഷം ഉണ്ട് അവന്. കാരണം, മഴവിൽ നിറമുള്ള അവന്റെ ചിങ്കാരിപ്പമ്പരം അതിവേഗം കറക്കി കൈയിലെടുക്കാനറിയാം, കിസേപ്പി കളിക്കുമ്പോൾ വിരലുകളിൽ കൃത്യം 'ഗോട്ടി ' അടിച്ചു കൊള്ളിക്കാനറിയാം, കവണ വച്ച് വെള്ളക്കോമാങ്ങ വീഴ്ത്താനറിയാം, പിലാല് കുളത്തിൽ നീന്തി അക്കരെഇക്കരെ തൊടാനറിയാം, പിന്നെ പലതും അറിയാം, ഈ അറിവിനെയൊക്കെ പറഞ്ഞുപൊലിപ്പിക്കാനുമറിയാം.

കുറച്ചൊരു അസൂയ തോന്നിയെങ്കിലും, രണ്ടുപനപ്പൊക്കം പറക്കുന്ന പട്ടമാണ്. എല്ലാവരുടെയും കണ്ണുതള്ളിക്കുന്ന സംഗതിയാണ്. ഉണ്ടാക്കിത്തരുവോ എന്നുള്ള ചോദ്യത്തിന് അടുത്തുള്ള കല്ലിൽ കയറിയിരുന്നു കണ്ണടച്ച് പുരികമുയർത്തി നെറ്റിയുഴിഞ്ഞ് ഗഹനമായിആലോചിച്ച് കണ്ണല്പം തുറന്ന് പതുക്കെയൊന്ന് തലയാട്ടി മൂപ്പർ.

സംഘം ഉഷാറായി.

വേണ്ട സാധനങ്ങളുടെ ലിസ്റ്റ് വന്നു

പസ,( പശ. 'ശ' ക്കു പകരം 'സ' യെ വരൂ ഉദയന്. മീസക്കാരൻ കേസവന് ദോസ തിന്നാനാസ ന്നാണ് അവന്റെ പാട്ട്. )ഈളുംകോൽ( ഈർക്കിലി), പത്രക്കടലാസ്, ഉണ്ടനൂൽ പിന്നെ സഹായം.

ഇത്രേയുള്ളോ. ..?

ഒരോട്ടത്തിന് കുട്ടിസംഘം സംഘടിപ്പിച്ചു എല്ലാം.'പസ' ക്കു പകരം കുറച്ചു ചോറായെന്നു മാത്രം.

ഒരു പത്രം കീറാൻ അഞ്ചുപേർ, ചോറിനെ വെള്ളം തളിച്ചു 'പസ'യാക്കാൻ വേറൊരഞ്ചുപേർ, മേൽനോട്ടത്തിനും കൈയാളാവാനും മറ്റുള്ളവർ. ആകെ ബഹളം.

ഒടുവിൽ പട്ടം പിറന്നു. നീണ്ടവാലുള്ള സുന്ദരൻ പട്ടം. വാലിനിത്ര നീളം വേണോയെന്ന ഒരുമണിക്കൂർ ചർച്ചക്കിടയിൽ പട്ടം ഉണ്ടാക്കി രണ്ടുപനപ്പൊക്കത്തിൽ പറത്തിയതിന്റെ പ്രയോഗികവശങ്ങളെ പറ്റി പിന്നെയും വിശദീകരിച്ചു ഉദയൻ.

വെയിലത്തുവച്ച് പട്ടം ഉണങ്ങിയപ്പോൾ ഭയഭക്തിബഹുമാനത്തോടെ കൈയിലെടുത്ത്, പിന്നാലെ കൂടിയ ഞങ്ങളെ, 'നിൽ' ന്നു പറഞ്ഞ് രണ്ടുപനപ്പൊക്കത്തിൽ തടസ്സമില്ലാത്ത സ്ഥലം നോക്കി നോക്കി അവൻ പാടത്തേക്കിറങ്ങി.പിന്നാലെ ജാഥയായി ഞങ്ങളും.

അങ്ങനെ പട്ടം പറക്കാൻ പോകുന്നു. കാഴ്ചമറയ്ക്കുന്ന കാര്യങ്ങളൊന്നുമില്ലാത്തിടത്തു വീണുകിടക്കുന്ന ഒരു തെങ്ങിൻതടിമേലെ ഞങ്ങൾ ഇരുന്നു, അല്ല നിന്നു, അല്ല ഇതിന് രണ്ടിനുമിടയിലുള്ള ഒരു അവസ്ഥയിൽ നടന്നു.

ഉദയൻ പാടത്തെയാകാമാനമൊന്നു വീക്ഷിച്ചു. ഇളകിത്തുള്ളുന്ന ഞാറ്റടികളെ നോക്കി കാറ്റിന്റെ ദിശ കണ്ടുപിടിച്ചു. കണ്ണു മിഴിച്ച്,ശ്വാസംപിടിച്ചിരിക്കുന്ന ഞങ്ങളെനോക്കി വിശാലമായൊന്നു ചിരിച്ച്, പട്ടം പിടിച്ച് വരമ്പിന്റെ ഇങ്ങെ തലക്കൽനിന്ന് അങ്ങേ തലക്കലേക്ക് ഓടി ഉദയൻ. പട്ടവും കൂടെ പറന്നു. ഉദയൻ നിന്നു. പട്ടം പതുക്കെ താഴ്ന്ന് പാടവരമ്പിൽ കിടന്നു. ലേശം പരിഭ്രമം ആ മുഖത്തും, ചെറിയൊരു സന്തോഷം മറ്റുള്ളവരുടെ മുഖങ്ങളിലും വന്നോ എന്നൊരു സംശയം.

പല മൂലക്കും, പലവരമ്പത്തും, പലദിശയിലും അവനോടി. പട്ടത്തിന് ഒരു കുലുക്കവുമില്ല. അതങ്ങനെ പാടവരമ്പത്തു നീണ്ടുനിവർന്നു കിടന്നു. ചത്ത മൂർഖൻ പാമ്പിനെപ്പോലെ.

അതിനിടെ പാടത്തെ കുഴിയിൽ കുളിക്കാൻ പോകുന്ന പെണ്ണുങ്ങളുടെ, "ടാ ചെക്കാ, വീട്ടിലിരിക്കുന്ന പത്രം മൊത്തമെടുത്ത് ഒട്ടിച്ചിട്ടുണ്ടല്ലോ!!!ഭാരം കൂടിയാൽ പട്ടം പൊങ്ങില്ലെടാ പൊട്ടാ..."എന്നൊരു ഉപദേശവും, "നിങ്ങ പുഗീന്ന്" ന്ന്ദേഷ്യപ്പെടലും കൂടിയായപ്പോൾ ഞങ്ങൾ ഒന്നിളകി.

കൂട്ടത്തിൽ കാര്യങ്ങൾ ചോദിക്കാൻ ധൈര്യമുള്ള ജയപ്രഭ "ടാ നിന്റെ മാംവീട്ടിലെ പട്ടം എത്ര ഉയരത്തിൽ പറന്നു" എന്ന് കളിയാക്കുന്ന പോലെ ചോദിച്ചപ്പോൾ ചെറിയൊരു പരുങ്ങലോടെ അവിടെയൊരു തെങ്ങിനെ കാണിച്ചു അവൻ.

ഓഹോ...ഇപ്പൊത്തന്നെയുള്ള അറിവുകൾ വച്ച് ഞങ്ങൾക്കിത്തിരി കുശുമ്പുണ്ട് അവനോട്. ഇതിങ്ങനെ വിടാൻ പറ്റില്ല.എല്ലാവരും ഒന്നിച്ചു പറഞ്ഞൂ, "വിളി കാളിമുത്തിയെ..."

സത്യം ചെയ്യണം. മാംവീട്ടിലെ പട്ടം പനപ്പൊക്കത്തിൽ പറന്നെന്ന്. അല്ല പിന്നെ!!!

ഉദയന് വന്നൊരു ദേഷ്യം.

"നീ പോടീ പെപ്പരപ്പെ"(ജയപ്രഭയുടെ വട്ടപ്പേരാണ് പേപ്പരപ്പേ), എന്നുറക്കെ പറഞ്ഞു മൂപ്പർ ഒറ്റയോട്ടം. ഞങ്ങൾക്ക് സന്തോഷം, ചിരി, ആശ്വാസം.

ആ പട്ടം പറക്കരുതെന്ന് അസൂയകലർന്നൊരു ആഗ്രഹം ഞങ്ങൾക്കെല്ലാർക്കും ഉണ്ടായിരുന്നു എന്നതായിരുന്നു സത്യം.

സത്യസന്ധമായി കള്ളം പറയുന്നവരെ പൊളിക്കാൻ കാളിമുത്തി തന്നെ വേണം, അന്നും ഇന്നും.

വാൽക്കഷ്ണം:

വീട്ടിൽ സഹായത്തിനു വരുന്ന രുക്കുവമ്മയുടെ ലീവ്അപ്ലിക്കേഷൻ.

ഉണ്ണീ ഈമാസം എനിക്ക് കോഴി കുടിക്കണം. (ഇളം കോഴി നാട്ടുമരുന്ന് ചേർത്തു സൂപ്പാക്കി കഴിക്കുന്നതാണ് ഈ 'കുടി'. )

കോഴി ഞാൻ നോക്കീട്ടു കിട്ടിയില്ല.,കാളിമുത്തി കാണിച്ചുതരും.

ഇക്കാര്യം ഞാൻ, വിവാഹിതയായി തിരുപ്പൂർ താമസിക്കുന്ന സംഘ ത്തിലെ അംഗമായ ബീനയോട് പറഞ്ഞപ്പോൾ അവൾ പറയുകയാണ്, ഏട്ടൻ ബിസിനസ് ടൂറിലാ, കാളിമുത്തിയെ വാളും കൊണ്ട് ഇങ്ങോട്ടുവരാൻ പറഞ്ഞിട്ടുണ്ടെന്ന്.

ഞാനും പറഞ്ഞിട്ടുണ്ടല്ലോ ട്രക്കിങ്ങ്ന്നു പോയ എന്റെ മോന്റെ കൂടെ കൂട്ടു പോവാൻ.

പാവം കാളിമുത്തി.

എന്തൊക്കെ പണികളാ!!!!.

# 2

# അമേരിക്കൻ അമ്മായി.

തൊടിയുടെ ഏകദേശം നടുക്കായി, ഉയർന്നൊരു തിട്ടയുണ്ട്. രണ്ടു വലിയ മുത്തശ്ശിമാവുകളും മാവിൻതടിയോളം വലിപ്പമുള്ള അനേകം വേരുകളും, 'കാരക്ക' ന്നുവിളിക്കുന്ന കായകൾ ഉണ്ടാവുന്ന മുൾചെടികളും ആടലോടകവും തൊട്ടാവാടിയും അതിരിടുന്ന, പഞ്ചാരമണൽ പരന്നുകിടക്കുന്ന മൺതിട്ട. വേരുകൾ തലങ്ങും വിലങ്ങും പിണഞ്ഞു പൊതിഞ്ഞ ഞങ്ങൾടെ 'കുന്ന്'.അരയാൾ പൊക്കമേയുള്ളുവെങ്കിലും അതു 'കുന്ന് 'ആയിപ്രഖ്യാപിക്കപ്പെട്ടിരുന്നു.അതിന്റെ ചരുവിൽ ഒരു കൊയ്യാക്ക മരമുണ്ട്. കാറ്റിൽ കടപുഴകിവീണെങ്കിലും 'വീണേടം വിഷ്ണുലോകം ' എന്നമട്ടിൽ അവിടെക്കിടന്നു യഥേഷ്ടം കായ്ക്കുന്ന പ്രിയപ്പെട്ട ചങ്ങാതി.

അമ്മായിക്കളിയായിരുന്നു അന്ന്. അമേരിക്കയിൽനിന്ന് ഞങ്ങളുടെ വീടുകളിലേക്ക് വിരുന്നുവരുന്ന അമേരിക്കൻ അമ്മായി. കൊയ്യാക്കമരത്തിനപ്പുറമുള്ള മാവിൻതണലാണ് അമേരിക്ക. അതിനിപ്പുറം മാത്തൂർ. അതിനിടയിൽ ഇന്ത്യ, കേരളം ഇത്യാദികളൊന്നുമില്ലേ എന്ന ചോദ്യത്തിന് ഇവിടെ തീരെ പ്രസക്തിയില്ല. അമേരിക്കയിലെ അമ്മായി അവിടെന്താ ചെയ്യുന്നതെന്ന് ഇവിടിരുന്നു നോക്കിയാൽ കാണാം. അതിഥിമര്യാദകൾ കൃത്യമായി അറിയുന്നതുകൊണ്ടും, താമസം അമേരിക്കയിലായതുകൊണ്ടും മിക്കവാറും ഉദയനായിരിക്കും അമ്മായി.

അങ്ങനെ വീടുകളും വീട്ടുകാരും ഒരുങ്ങി. മൂന്നു കുഞ്ഞിക്കല്ലുകൾക്കുമീതെ ചിരട്ടപ്പാത്രങ്ങളിൽ വെള്ളം നിറഞ്ഞു. ആ ഭാഗത്തെ കഴിക്കാൻ പറ്റുന്നതും പറ്റാത്തതുമായ സർവ്വ കായകളും ഇലകളും മനോധർമ്മനുസരിച്ച്, ചോറായി, ബിരിയാണിയായി, ദോശയും പത്തിരിയും അടയും വടയുമൊക്കെയായി. സൽക്കാരം കേമമാക്കാനുള്ള ബഹളം. അമ്മമാരുടെ ഉത്രാടപ്പാച്ചിലിനെക്കാൾ വലിയ പാച്ചിൽ.

അമ്മായി, നരച്ചതോർത്ത് നിക്കറിന്റെ പിന്നിൽക്കുത്തി മുന്നിലൂടെയ്യെടുത്തു തോളത്തിട്ടു. നിക്കറിന്റെ പുറകുവശം കോൺക്രീറ്റ് മുറ്റത്തെ ചരുവിലൂടെയുരുതിയിറങ്ങിയതു കാരണം ലേശം കീറിയിട്ടുണ്ട്.പ്ലാവിലകൾ ഈർക്കിലി കുത്തി വഞ്ചിനാര് കോർത്ത 'ലേഡീസ് ബാഗ് ' തോളത്തിട്ട്, ഓലവാച്ചും, വേലക്കുവാങ്ങിയ കൂളിങ്ഗ്ലാസ്സുമെടുത്തിട്ട് അമ്മായി ഇറങ്ങി. അമ്മായി വരുന്നത് ബുള്ളറ്റിലാണ്. അതായത് വീണുകിടക്കുന്ന മരത്തിന്റെ ചില്ലയിൽ.

ആ മരം കളികൾക്കനുസരിച്ച് തുന്നൽ മെഷിനാകും, ആനയാകും, ബസ്സാകും, വിമാനമാകും. ....എന്തുമാകും.

ചില്ലയിലിരുന്ന് 'കുടുകുടു ' വെന്ന് വിറപ്പിച്ചുപറപ്പിച്ചു അമ്മായി എത്തിച്ചേർന്നു. അമേരിക്കയിൽ നിന്നു യാത്രചെയ്തു ക്ഷീണിച്ചുവന്ന അമ്മായിയെ ഭയഭക്തിബഹുമാനത്തോടെ എല്ലാവരും ചേർന്ന് സ്വീകരിച്ചു.ആദ്യം ജയപ്രഭയുടെ വീട്ടിലേക്കാണ് പോയത്. തൊട്ടാവാടിയുടെ കായ, പിഞ്ചുകോയ്യാക്ക, അരിപ്പൂ, പച്ചമാങ്ങാ, കാരക്ക, ..ആടലോടകത്തിന്റെ ഇലകളിൽ വിഭവങ്ങൾ നിരന്നു. വേരാകുന്ന സോഫയിൽ അമ്മായി മര്യാദയോടെ ഇരുന്നു. കുശലം പറഞ്ഞുകൊണ്ട് ചായയെടുക്കാൻ മാവിന്റപ്പുറത്തെ അടുക്കളയിലേക്ക് ജയപ്രഭ പോയ തക്കത്തിന്, അവൾ ഒളിച്ചുവച്ചിരുന്ന ചിപ്സെടുത്തകത്താക്കി അമ്മായി. ഞങ്ങളെ സംബന്ധിച്ചിടത്തോളം വിശിഷ്ടവും ദുർലഭവുമായ പലഹാരമാണ് ചിപ്സ്. അമ്മ എല്ലാർക്കും ഓരോ ചെറിയ പിടിതന്നതിൽനിന്ന്, അമ്മായിക്ക് കിട്ടിയ

പങ്കു മൂപ്പർ ഒറ്റയടിക്കു തീർത്തു. മറ്റുള്ളവർ അണ്ണാൻ കഴിക്കുന്നപോലെ അരികിൽ നിന്ന് ഇത്തിരിഇത്തിരിയായി കടിച്ചുനുണഞ്ഞ് ആസ്വദിച്ചാണ് കഴിക്കുക.

ഓലപ്പീപ്പി ഗ്ലാസിൽ ചായയുമായി വന്ന ജയപ്രഭ അമ്മായിയെ നന്നായി അറിയുന്നതുകൊണ്ടാകണം, ചിപ്സിരിക്കുന്നിടത്തേക്ക് പാളിനോക്കി. കാണുന്നില്ല.

അവൾക്കു വന്നൊരു കലി. പല്ലുകടിച്ചു കണ്ണുചുവപ്പിച്ചു ആതിഥേയ, അതിഥിയെ സാവധാനം അടിതൊട്ടുമുടിവരെ ഒന്നുനോക്കി. അമ്മായി പരുങ്ങളിലായി, പിന്നങ്ങോട്ട് വെളിച്ചപ്പാടിന്റെ തുള്ളലായിരുന്നു. വിരൽ ചൂണ്ടി അവൾ നിലവിളിച്ചു, 'എനിക്കെന്റെ ആർലെടിതന്നോമര്യാദക്ക് . ..( ചിപ്സിനെ ജയപ്രഭ ആർലെടി എന്നാണ് പറയുക) കാര്യങ്ങൾ കൈവിടുന്നുവെന്ന് കണ്ടപ്പോൾ ബീന അവൾടെ പങ്കെടുത്ത് ജയപ്രഭേടെ കൈയിൽ വച്ചുകൊടുത്തു. അതേ സ്പീഡിൽ അതു തിരിച്ചുകൊടുത്ത് അവൾ ചീറി.

' വിരുന്നുകാർക്കും ഒരു മര്യാദ വേണം, ഞാൻ ഒളിപ്പിച്ചുവച്ച സാധനം കട്ടെടുക്കുന്നതാണോ മര്യാദ..?

കുഴഞ്ഞല്ലോ!!!

അമ്മായി പതുക്കെ അവിടുന്ന് മുങ്ങി.

'ഇത്തിരി കൂടുന്നുണ്ടവന്. .' എന്നും പറഞ്ഞൂ ഗർവിച്ചിരിക്കുന്ന ജയപ്രഭയെ എല്ലാരുംകൂടി പലതും പറഞ്ഞൂ സമാധാനിപ്പിച്ചു. ഞങ്ങളെല്ലാരുടെയും പങ്കിൽനിന്ന് ഓരോന്നുവീതമെടുത്ത്, ഒരുകുഞ്ഞിപ്പിടി 'ആർലെടി 'കൈയിൽ വച്ചുകൊടുത്തതോടെ അന്തരീക്ഷം ഒന്നു തണുത്തു.

അമ്മായി കുറച്ചുദൂരെ ഒളിച്ചുനിന്നു എത്തിനോക്കുന്നുണ്ടായിരുന്നു.

തീയും പുകയുമൊക്കെയൊന്നടങ്ങിയപ്പോൾ അമ്മായി പതുക്കെ പൊങ്ങി. മടിച്ചുമടിച്ചു വന്ന് കൈയിൽ ചുരുട്ടിപിടിച്ച സാധനം ജയപ്രഭയുടെ മടിയിലേക്കിട്ടു.

മിനുമിനുത്ത, വെളുത്ത ഒരു സുന്ദരൻ വെള്ളാരംകല്ല്.

അതുകണ്ടതോടെ ജയപ്രഭയുടെ മുഖം വിടർന്നു. അതുപോലെ കുറെയേറെ അമൂല്യ വസ്തുക്കൾ ഉദയന്റെ വിലപ്പെട്ട ശേഖരത്തിലുണ്ട്.

മഞ്ഞുരുകി, വെളിച്ചം പരന്നു. അമ്മായി ഓരോ വീട്ടിലും വന്ന് അതിഥ്യം സ്വീകരിച്ച്, എല്ലാർക്കും അമേരിക്കയിൽ നിന്നു കൊണ്ടുവന്ന കഴ്ണിപ്പഴവും, കൊങ്ങിണിക്കായകളും സമ്മാനിച്ചു. തിരിച്ച് അമേരിക്കയിലേക്ക് പുറപ്പെട്ട അമ്മായി സ്നേഹത്തോടെ നിർബന്ധിച്ച് ജയപ്രഭയെയും കൂടെക്കൂട്ടി. ബുള്ളറ്റിൽ അമ്മായിയുടെ പുറകിൽ കയറി കൈ വീശി റ്റാറ്റ കാണിച്ച് 'കുടുകുടു 'വെന്ന് അമ്മായിയും മരുമോളും യാത്ര ചെയ്യുന്ന ആ കാഴ്ച ഒന്നു

കാണേണ്ടതുതന്നെയായിരുന്നു.

**വാൽക്കഷ്ണം:**

പിഞ്ചു കൊയ്യാക്കയുടെ തോടുകടിച്ചുകളഞ്ഞ്, തീരെ മൂക്കാത്ത, നേരിയപുളിയുള്ള കുരുക്കളുടെ ഉണ്ട കഴിക്കാൻ പഠിപ്പിച്ചത് ഉദയനാണ്. അതു കഴിക്കുമ്പോൾ, കീറത്തോർത്തുടുത്ത്, കൂളിംഗ് ഗ്ലാസ് വച്ച അമേരിക്കൻ അമ്മായിയെ ഓർമ്മ വരും, ഇന്നും.

# 3

# ശക്തിമാൻ ഉണ്ണിയും, ചേനയുപ്പേരിയും.

ശക്തിമാൻ ഉണ്ണിയും, ചേനയുപ്പേരിയും.

"ചേനയുപ്പേരിയിൽ കടലപ്പരിപ്പിടണോ. .?" എന്നൊരു ചോദ്യം കേട്ടാണ് ഞങ്ങളുണർന്നത്. കുട്ടിസംഘം കിടക്കുന്ന മുറിയുടെ അപ്പുറം, അടുക്കള. അതിനപ്പുറമുള്ള കുട്ടിയടുക്കളയിൽ നിന്നുള്ള അമ്മയുടെ ആ ചോദ്യം 'പടക്കം പൊട്ടിച്ചാലും' ഉണരാത്ത ഞങ്ങളെ ഉണർത്തിയതിൽ ആദ്ഭുതമില്ല. കാരണം അന്ന് ശനിയാഴ്ചയാണ്.പിറ്റേന്ന് ഞായറാഴ്ച എന്നുള്ള അധിക സന്തോഷവും, അന്ന് ഹോംവർക്ക് ചെയ്യേണ്ടതില്ലെന്ന ആശ്വാസവുംകൂടെ, സ്കൂളുള്ള ദിവസങ്ങളിൽ,കാലത്ത് , ഞങ്ങളുടെ കണ്ണുകളിൽ അനുഭവപ്പെടാറുള്ള, പശ തേച്ചതുപോലെയുള്ള ഒരു ഒട്ടൽ ഇല്ലാതാക്കിയിരിക്കും.

"ചേന വെറുക്കനെയും, മുരിങ്ങയ്ക്ക കൈപ്പുളിയുമൊഴിച്ചും വയ്ക്കാം...."

മാത്തൂരമ്മയാണ്.

ഞങ്ങൾടെ അച്ചരമ്മ.എന്റെ അച്ചരനാണ് മൂത്തയാൾ .അച്ചരന്റെ അനിയൻമാരും, ഭാര്യമാരും,കുട്ടികളും ,പണിക്കാരും എല്ലാ കാര്യങ്ങളും മാത്തൂരമ്മയോട് ചോദിച്ചിട്ടേ ചെയ്യൂ. അതൊരു അലിഖിത നിയമമാണ്. മുരിങ്ങയ്ക്കയിൽ കൈപ്പുളിയല്ലാതെ കാൽപുളിയാണോ എന്നൊരു ചോദ്യം വരുന്നില്ലേ? ആദ്യമായി കേൾക്കുന്ന എല്ലാരും ഇങ്ങനെത്തന്നെ ചോദിക്കാറുണ്ട്. ഒരു കൈക്കുടന്ന പുളിവെള്ളം, അതായത് നേരിയ പുളി എന്നാണത്രെ അതിനർത്ഥം.

മഞ്ഞൾ, കടലപ്പരിപ്പ്, തുവരപ്പരിപ്പ്,തേങ്ങാ ചിരവിയത് , വറമുളക്, കറിവേപ്പില, തുടങ്ങിയ അനുസാരികൾ ചേർത്തും ചേർക്കാതെയും ഒരു വിഭവത്തെ തന്നെ അതാണോ ഇത് ഇതാണോ അത് എന്ന് തോന്നിപ്പിക്കാനുള്ള സൂത്രപ്പണികളും, നിമിഷകറികളും അമ്മമാർക്കുമാത്രം സാധ്യമാവുന്ന

ഇന്ദ്രജാലങ്ങളാണല്ലോ!!

വലിയുള്ളി നേർത്തതായി മുറിച്ച് മുളകുപൊടിയും ഉപ്പും തിരുമ്മി വെളിച്ചെണ്ണ തൂവുന്നത്, വാൽക്കണ്ണാടിയുടെ ആകൃതിയുള്ള കോരികയിൽ കുഞ്ഞുള്ളിയും കാന്താരിമുളകും പുളിയും ഉപ്പും കൂടി ചിരട്ടത്തവി കൊണ്ട് ' കിർർ കിർർ 'എന്നുടച്ചു എണ്ണ തൂവുന്നത്, മാങ്ങയോ നെല്ലിക്കയോ ഉപ്പുംമുളകും തിരുമ്മുന്നത്, അങ്ങനെയങ്ങനെ കാക്കത്തൊള്ളായിരം വിഭവങ്ങൾ.

'പച്ചവെള്ളം കടുകുവറുത്തത്' എന്ന് ഞങ്ങൾ വിളിക്കുന്ന മുളകുവറുത്തപുളിയാണ് അതിൽ കേമൻ. കൂടെ കനലിൽ ചുട്ട് വെളിച്ചെണ്ണതൂവിയ പപ്പടവും.

പതുക്കെ അടുക്കളയിലെത്തിയപ്പോൾ ജയച്ചെറിയച്ഛൻ കഞ്ഞി കുടിക്കുന്നു.മുരിങ്ങയ്ക്ക തോലു കളഞ്ഞ് അടുത്തുതന്നെയുണ്ട് മാത്തൂരമ്മ. ചുവന്നുമൊരിഞ്ഞ ചെറിയുള്ളിയും,വറ മുളകിൻ തുണ്ടുകളും കറിവേപ്പിലയും അലങ്കരിക്കുന്ന എണ്ണമിനുപ്പുള്ള ചുവന്ന ചേനുപ്പേരിയിൽ നിന്നുയരുന്ന ആവി, ജനാലക്കഴിയിലൂടെ വരുന്ന മഞ്ഞ വെയിലിൽ നൃത്തംവയ്ക്കുന്നു. കുഞ്ഞടുക്കളയിൽ പരിപ്പുതിളക്കുന്ന ശബ്ദം. കുഞ്ഞടുക്കളയിലെ മരയഴികൾക്കിടയിലൂടെ, മതിലിനപ്പുറം ഇടവഴിയിൽ പാടത്തെ കുഴി കാണാം.ഇടവഴി ക്കിപ്പുറം മതിലിനോട് ചേർന്നുനിൽക്കുന്ന കുഞ്ഞടുക്കളയിൽ നിന്നാൽ കുളിക്കാൻപോകുന്നവരോട് നാട്ടുവർത്താനം പറയാം, തൊട്ട തെങ്ങിൻനിരകളിൽ തൂക്കണാം കുരുവികളുടെ കലപില കാണാം, പാടത്തെ പണികൾ കാണാം, കുളിസീനും കാണാം.

കത്തിക്കാനുള്ള വിറകും പാത്രം കഴുകുന്ന തളവും അമ്മിയും കൂടെയാവുമ്പോൾ ഒരാൾക്ക് നിന്നുതിരിയാനുള്ള സ്ഥലമെയുള്ളെങ്കിലും ,സഹായികളുടെ നാട്ടുവിശേഷങ്ങളും, പുറത്തെ കാഴ്ചകളും ചേർന്ന് വലിയൊരു കുടുംബത്തിന്റെ ജീവനും ആരോഗ്യവും പാകപ്പെട്ടുവരും ആ ഇട്ടാവട്ടത്തിൽ. വീട്ടുകാർക്കും പണിക്കാർക്കും കൂടി കുറഞ്ഞത് രണ്ടിടങ്ങഴി അരിയും അതിനനുസരിച്ചുള്ള കറികളും പാകപ്പെടണമെന്നറിയുമ്പോൾ ഊഹിക്കാം അവിടത്തെ തിരക്കും തത്രപ്പാടും.

ഡസ്കിനടിയിലൂടെ നൂഴ്ന്ന് ബെഞ്ചിൽ സ്ഥലം പിടിച്ച ഉണ്ണീ കറി നോക്കി മുഖം ചുളിച്ചു പതുക്കെ തലയാട്ടി പറഞ്ഞൂ..

"എനിക്കു ചേന വേണ്ട!!!"

കുഴഞ്ഞല്ലോ!!.അവൻ വേണ്ടെന്നുപറഞ്ഞാൽ വേണ്ടെന്നു തന്നെയാണ്.

വേണ്ടാത്തതിനെ വേണ്ടുന്നതാക്കുകയാണല്ലോ മറ്റുള്ളോരുടെ പണി.

ജയച്ചെറിയച്ചരൻ അവനെയൊന്നിരുത്തിനോക്കി,ഞങ്ങളെ കണ്ണിറുക്കികാണിച്ചു.ഞങ്ങളും ഒന്നുഷാറായി.

“ ടാ ഉണ്ണിക്കുട്ടാ, ചേനയിൽ ഒരുപാടു ശക്തിയുണ്ട്”. ഇടതു കൈയിലെ മസിലുരുട്ടി ചേനപോലെയാക്കി ജയച്ചെറിയച്ചരൻ അവന് കാണിച്ചുകൊടുത്തു.

‘ശക്തി ’ അവന്റെ ദൗർബല്യമാണ്.

“ ഞങ്ങളൊക്കെ ചേന കഴിച്ചു ശക്തിമാന്മാരാകും, നീയിങ്ങനെ ’ ഒണക്കനായിട്ടിരിക്കും”.

അതുകേട്ടിട്ടും അവനു കുലുക്കമൊന്നുമില്ല.

അപ്പുറത്തെ അമ്മിയിൽ തേങ്ങയുംജീരകവും അരച്ചുകൊണ്ടിരുന്ന കണ്ണമ്മ ഞങ്ങടെയിടയിലേക്ക് ചാടിവീണു.

“ അതേ...ഉണ്ണിമകനേ...തൊടിയിൽ നല്ല ചെണ്ടമുറിയൻ ചീനിമുളകുണ്ട്. ഞാമ്പറിച്ചു വറുത്തുതരാം എന്റെ കുട്ടിക്ക്. അതങ്ങോട്ട് കടിച്ചാലുണ്ടല്ലോ, ഒന്നരടെങ്ങഴിന്റെ ചോറ് കടകടേ ന്നു പോണ കഥയറീലാ...“

ഉണ്ണിക്കനക്കമൊന്നുമില്ല .കൊക്കെത്ര കുളംകണ്ടിരിക്കുന്നു എന്ന ഭാവത്തിൽ ഒറ്റയിരിപ്പാണ്.

”ഓ, വെറുതെയല്ല രണ്ടു ചെപ്പുകുടം(ചെമ്പിന്റെ കുടം) ഒക്കത്തും തലയിലും വച്ച് സിമ്പിളായി നടക്കുന്നത് കണ്ണമ്മ!!“.ഞങ്ങൾ കഷ്ടപ്പെട്ട് ആദ്ഭുതം ഭാവിച്ചു.

അത് കേട്ടപ്പോൾ കൊക്കിന്റെ ഇരുപ്പിന് ഒരിളക്കം!!. ചെപ്പുകുടം വെറുതെ തൂക്കാൻതന്നെ കഷ്ട്ടമാ. അത്രയ്ക്ക് വലുപ്പവും ഭാരവുമുണ്ടതിന് . ആ ശക്തികൂടിക്കിട്ടിയാൽ കൊള്ളാമെന്ന ഭാവത്തിലായി ഉണ്ണി. ഉരൽപ്പുരയിലിരിക്കുന്ന ആ ചെപ്പുകുടങ്ങൾ ഞങ്ങൾടെ തബലയും കൂടിയാണ്.

“ഉണ്ണി ചേന കഴിക്കാമെന്നു പറഞ്ഞാൽ കണ്ണമ്മ മുളകുവറുത്ത് തരും.”

ഇടുപ്പിൽ കൈകുത്തിനിൽക്കുന്ന കണ്ണമ്മയെ ഉണ്ണി ഒന്നു നോക്കി. ശക്തിയുടെ കാര്യമാണ്. അതുകൊണ്ടുതന്നെ സമ്മതം ഒരു പരാജയമല്ല.

മനസ്സില്ലാമനസ്സോടെ ഉണ്ണി സമ്മതം മൂളുന്നതുകേട്ട് പൊട്ടിവന്ന ചിരി കടിച്ചമർത്തി എല്ലാരും.

“കണ്ണമ്മ ഇതൊന്നരച്ചെടുക്കുമ്പോഴിക്കും മക്കള് പോയി പല്ലുതേച്ചു മുഖം കഴുകീട്ടുവാ”.

കേട്ടപാതി ഉമിക്കരിയും ഉപ്പും കൂട്ടി പല്ലിൽ തേച്ചൂരച്ചു, എല്ലാരേയും ഒന്നിളിച്ചുകാട്ടി കഴുകിക്കളഞ്ഞു മുളകുകൊട്ടെയെടുത്തു കണ്ണമ്മേടെ പിന്നാലെ കൂടി സംഘം. പച്ച, ചീനി,കാന്താരി, പൊള്ള,ഉണ്ട, അങ്ങനെ

പലതരം മുളകുകളെ വറുക്കാനും കറിയിലിടാനും വിത്തിനും, തരംതിരിക്കാനും, ചെടിക്കു നോവാതെ എങ്ങനെ മുളക് പറിക്കാമെന്നും കണ്ണമ്മ വിസ്തരിച്ചു പറഞ്ഞുതന്നു. നിമിഷനേരം കൊണ്ട് മുളകുകുട്ട നിറഞ്ഞു.

അറ്റം കൂർത്ത കത്തികൊണ്ട്, പിഞ്ചു മുളകുകളെ ഒന്നുകുത്തി 'എണ്ണമണ്ടയിൽ' ഇട്ട് ലേശം വെള്ളം തളിച്ച് ചാഞ്ഞും ചരിഞ്ഞുംനോക്കി ഇളക്കിക്കൊണ്ട് കണ്ണമ്മ പറഞ്ഞു.."മക്കളൊക്കെ കിണ്ണമെടുത്തു ചോറുവിളമ്പിക്കോ,ചുടുചുടാമുളക് ദേ വന്നു".

തേങ്ങച്ചമ്മന്തിയും ചേനുപ്പേരിയും നെയ്യിട്ടുടച്ച ചോറും ഇട്ട പ്ലേറ്റുകൾ പെട്ടെന്ന് നിരന്നു.

'സ്സ്. .' ന്നൊരു ശബ്ദത്തോടെ കണ്ണമ്മയും, കിരുകിരാ ശബ്ദത്തിൽ വെളിച്ചെണ്ണയിൽ മൊരിയുന്ന മുളകും ഞങ്ങൾടെ മുന്നിലെത്തി.

' ഒരുരുള ചോറ്, ഒരു കടി മുളക് 'എന്നുള്ള വർണ്ണനയിൽ രസംപിടിച്ച് അന്നത്തെ പ്രാതൽ ആസ്വദിച്ചകത്താക്കി എല്ലാരും.അന്നു മുഴുവൻ കണ്ടിടത്തൊക്കെ 'ടിഷ്യൂം ടിഷ്യൂം ' ഇടി പ്രയോഗിക്കുന്നുണ്ടായിരുന്നു ഉണ്ണി. കൂട്ടത്തിൽ ഞങ്ങൾക്കെല്ലാർക്കും കിട്ടി മോശമല്ലാത്ത കുറച്ചു 'ടിഷ്യൂം '.

**വാൽക്കഷ്ണം:**

റയിൽവേ സ്റ്റേഷനിൽ വച്ച് ഒരു ദിവസം ഉണ്ണിയെക്കണ്ടു.അവന്റെ എക്സിക്യൂട്ടീവ് ബാഗിനകത്തു ചേനുപ്പേരിയും മുട്ടയും അച്ചാറും വച്ചൊരു പൊതിച്ചോറ്. കുഞ്ഞുകുപ്പിയിൽ കട്ടിമോരും. ഞാൻ ചിരിച്ചപ്പോൾ അവൻ പറയുകയാണ്, ഇനി മൂന്നു ദിവസം വീട്ടിലെ ഭക്ഷണം കിട്ടില്ല . ഒരു നേരം കൂടി തൃപ്തിയോടെ കഴിക്കട്ടെ എന്ന്.

# 4

# ആവൂ...

ഞാൻ പിടിച്ച മുയലിന് രണ്ട് വാലുണ്ടെന്നു പറഞ്ഞാലും എല്ലാരുംസമ്മതിച്ചുകൊടുക്കുന്ന

കുട്ടിക്കൂട്ടത്തിലെ ഒരേയൊരാൾ കുഞ്ഞനാണ്. കൂട്ടത്തിൽ ഇളയതാണെങ്കിലും വാശി പിടിച്ചും കള്ളക്കരച്ചിൽ കരഞ്ഞും ഭീഷണിപ്പെടുത്തിയും മൂത്തവരെയൊക്കെ വരച്ച വരയിൽ നിർത്താൻ അസാമാന്യ കഴിവുണ്ടവൾക്ക്.മുഖത്തിന്റെ പ്രധാനഭാഗം കണ്ണുകളാണ്.ദേഷ്യംപിടിച്ചാൽ ഇരട്ടിവലിപ്പം വയ്ക്കുന്ന മത്തക്കണ്ണുകൾ. ഒരിടയ്ക്ക് ആ മുഖത്തു പാലുണ്ണി വന്നു. ഉമ്മവച്ചുമ്മവച്ച് ഞാൻ പകർന്നുകൊടുത്ത സമ്മാനമാണത്.എന്റെ പാലുണ്ണി നിശ്ശേഷം മാറിയിട്ടും കുഞ്ഞന്റെ മുഖത്തു അത് കുറേക്കാലമുണ്ടായിരുന്നു.

തീരെചെറിയ പിള്ളാരെ ചേർത്താൻ പറ്റാത്ത കളികളിൽ കേറി വഴക്കുണ്ടാക്കുക, ഞങ്ങളുടെ അടക്കംപറച്ചിലിനിടയിൽ പമ്മിവന്നു ശ്രദ്ധിക്കുക, ഗൗരവമായി സംസാരിക്കുന്നതിനിടയിൽ ചാടിവീഴുക, ഞങ്ങളുടെ കുഞ്ഞുരഹസ്യങ്ങൾ മുതിർന്നവരോട് തൊട്ടുംതൊടാതെയും പറഞ്ഞുകളിപ്പിക്കുക, ആസ്ക്കൊട്ട കളിക്കുന്ന കരുക്കൾ ഒളിപ്പിച്ചു വയ്ക്കുക, ഞങ്ങളുടെ പുസ്തകങ്ങളിൽ കുത്തിവരയ്ക്കുക, തുടങ്ങി അവളുടെ നേരമ്പോക്കുകൾക്കതിരില്ല. കുട്ടിസംഘത്തിന്റെ സകലവേലത്തരങ്ങളും പൊളിച്ച്, ഇടുപ്പിൽ കൈയും കുത്തി കണ്ണുംതുറുപ്പിച്ചു നിൽക്കുന്ന ഞങ്ങളുടെ പ്രിയ 'പാര'.ചീത്ത പറഞ്ഞാൽ ' ആവൂ..എന്നെ പിണങ്ങുന്നേ' ന്ന് ഒറ്റ അലർച്ചയാണ്. അത് അണ്ഡകടാഹം മുഴുവൻ മുഴങ്ങും. ഇങ്ങനെയൊക്കെയാണെങ്കിലും അവളില്ലെങ്കിൽ ഞങ്ങൾക്ക് പെട്ടെന്ന് മടുക്കും. യുദ്ധമില്ലെങ്കിൽ ബുഷിനു തോന്നുന്ന അതേ മടുപ്പ്. എല്ലാരുടെയും ഓമനയായിരുന്ന കുസൃതിക്കുടുക്ക.

ഭിത്തിയിൽ ഒട്ടിച്ച വലിയ കണ്ണാടിയിൽ നോക്കി മുഖഭംഗി കൂട്ടുകയാണ് മൂപ്പരുടെ പ്രിയവിനോദം.കണ്ണാടി കുറച്ചുയരത്തിലായതുകൊണ്ട് അവൾക്കു മുഖം മാത്രമേ കാണുകയുള്ളു. അതിനു താഴെ കാണാത്തതുകൊണ്ട് ആ ഭാഗങ്ങളൊന്നും ഗൗനിക്കാറില്ല. കുളിക്കാൻ വയ്യെങ്കിലും, ഇട്ടിരിക്കുന്ന പ്രിയപ്പെട്ട ഉടുപ്പ് മാറ്റാൻ ഇഷ്ടമില്ലെങ്കിലും,മുഖം സുന്ദരമാക്കിയേ നടക്കു. ആരൊക്കെ ചിരിച്ചാലും വിഷയമല്ല.

പുരികം വരച്ച്, വാലിട്ടുകണ്ണെഴുതി, വലിയ പൊട്ടുതൊട്ട്, കനത്തിൽ പൗഡറിട്ട്, അലങ്കരിച്ചു അലങ്കോലമാക്കി അവൾ നടക്കുന്നതുകണ്ടാൽ ആർക്കും ചിരി വരും. എന്തോ അപാകത ഉണ്ടെന്ന് അവൾക്കും തോന്നിക്കാണണം. ഒരുങ്ങിവരുമ്പോൾ എല്ലാരുടേയുംമുഖത്തു സൂക്ഷിച്ചുനോക്കും. ചെറിയൊരു പരിഹാസം കണ്ടാൽ തീർന്നു. 'ആവൂ എന്നെ കളിയാക്കുന്നേ. ..'

ചിരിയമർത്തിപ്പിടിച്ചാലും ചൂഴ്ന്നുനോക്കി ആ ചിരിയെ പുറത്തുകുടഞ്ഞിടാൻ പ്രത്യേക വിരുതുണ്ടവൾക്ക്.

ഒരു ദിവസം ഞങ്ങൾ കല്ലുകളിക്കുമ്പോൾ ഒരുങ്ങിവന്നു കുഞ്ഞൻ. സാധാരണ അലങ്കാരങ്ങൾക്കുപുറമേ തലയുടെ രണ്ടുവശത്തും കാറിന്റെ ഹെഡ്ലൈറ്റ് പോലെ രണ്ടു റോസാപ്പൂക്കളും വച്ചിട്ടുണ്ട്. ഉടുപ്പിന്റെ മുൻവശത്തു മാങ്ങാച്ചാറും, കറയും. കാലിലും കൈയിലും തേക്കിന്റെ തളിരില കൊണ്ട് ഉരച്ചു ചുവപ്പിച്ചിട്ടുമുണ്ട്. മൈലാഞ്ചിയിട്ടതാണത്രേ. ചുരുക്കത്തിൽ സോപ്പുവെള്ളത്തിൽ മുക്കി അലക്കിയെടുക്കേണ്ട പരുവം.

കണ്ട് സഹികെട്ടു ഒരുത്തി പറഞ്ഞൂ. 'കുഞ്ഞോ. .ഒന്നു കുളിച്ചു ഉടുപ്പുമാറ്റിക്കൂടെ? ആ പാലുണ്ണിമുഖം പോലെ ബാക്കിയും ചന്തമാക്ക്. '

അതവൾക്കു തീരെ പിടിച്ചില്ല.

'ആവു...എന്നെ പാലുണ്ണിമുഖമെന്ന് വിളിച്ചേ. ..'അണ്ഡകടാഹം കുലുങ്ങി. ഈ സൈറൺ ഇടക്കിടക്കുള്ളതുകൊണ്ട് മുതിർന്നവർ അത്ര ഗൗനിക്കാറില്ല. സൈറൺ അതുപോലെ തനിയെ നിൽക്കുമെന്നവർക്കറിയാം.

ജയപ്രഭ കണ്ണുകാണിച്ചു. തോണ്ടലും കണ്ണിറുക്കലും വഴി സന്ദേശം എല്ലാവരിലുമെത്തി. ഇത്തരം സന്ദർഭങ്ങളിൽ കുഞ്ഞനെ സുഖിപ്പിക്കാൻ ആരെങ്കിലും ഒരു കാര്യമെടുത്തിടും. കാര്യമാകുന്ന ആടിനെ എല്ലാവരും കൂടി പൊലിപ്പിച്ച് ആനയാക്കി ആറാട്ടുനടത്തും.

ജയപ്രഭ താടിയിൽ കൈകൊടുത്ത്, ഒന്നു തലയാട്ടി, മുകളിലേക്കുനോക്കി പറഞ്ഞൂ.

' കുഞ്ഞാണ്ടിയുടെ ഭാഗ്യം! '

പിടികിട്ടാതെ നിന്ന ഞങ്ങളെ നോക്കി അവൾ വിശദീകരിച്ചു.

'നമുക്കൊക്കെ കണ്ണുതട്ടാതിരിക്കാൻ കവിളിൽ കുത്തിടാൻ എന്തു പണിയാണ്, മാഞ്ഞുപോകുവേം ചെയ്യും. കുഞ്ഞാണ്ടിക്ക് നോക്ക്, ദൈവം കവിളിൽ കുത്തു സ്ഥിരമായി വച്ചുകൊടുത്തിരിക്കയല്ലേ. .'

ഓ..!!അങ്ങനെ..!!

ഉടനെ ഞങ്ങൾ എല്ലാവരും ദുഃഖിതരായി. കരച്ചിലിനായി തുറന്ന വായടക്കാതെ ഓട്ടക്കണ്ണിട്ട് കുഞ്ഞൻ ഞങ്ങളെ ആകെ നോക്കി. അതു കണ്ടതും ഞങ്ങൾ കൂടുതൽ ദുഃഖിതരായി. കവിളിൽ പാലുണ്ണി തരാത്ത ദൈവത്തെ ഞങ്ങൾ പഴിച്ചു. പാലുണ്ണി തരാത്ത ദൈവത്തോട് ദേഷ്യപ്പെട്ട് ഒരുത്തൻ നെഞ്ചത്തടിച്ചു. കമിഴ്ന്നുകിടന്നു പൊട്ടിക്കരഞ്ഞു വേറൊരാൾ.

അടുത്ത ' ആവു..'വിനായി തുറന്ന വായ പതുക്കെ അടച്ച്, സന്തോഷവും അഭിമാനവും കൊണ്ട് പുളകിതയായി കുഞ്ഞൻ. പുഞ്ചിരിയോടെ ഒന്നുംകൂടി ഉഷാറായി ഉലാത്താൻ തുടങ്ങി .പൊട്ടിവന്ന ചിരി അമർത്തിപ്പിടിച്ചു ഞങ്ങളും. ചിരിച്ചാൽ ഉടനെ വരും അടുത്ത 'ആവു. ....'.

**വാൽക്കഷ്ണം:**

ഇന്ന് കുഞ്ഞുകുട്ടികൾ സ്നേഹത്തോടെ ടീച്ചർക്ക് കൊണ്ടുവരുന്ന റോസപ്പൂക്കൾ മുഴുവൻ തലയിൽ ചൂടി കുഞ്ഞുചിരികൾ കണ്ടാസ്വദിക്കുന്ന ടീച്ചറാണ് കുഞ്ഞൻ. പൂ വയ്ക്കാൻ തീരെ ഇഷ്ടമില്ലാത്ത ധന്യടീച്ചർ.

# 5

# കല്യാണപ്പെണ്ണ്.

തറവാട്ടിലോ ദേശത്തോ ഒരു കല്യാണം നടന്നാൽ, പിന്നെ ഞങ്ങൾടെ കളികളിൽ കല്യാണം നിറയും.പെണ്ണുകാണൽ, പെണ്ണിനെ ചമയിക്കൽ, പന്തൽ കെട്ടൽ, സദ്യയൊരുക്കൽ, കാരണമ്മാരുടെ തത്രപ്പാടുകൾ, അങ്ങനെയങ്ങനെ കളികൾ അനേകമുണ്ടെങ്കിലും

താലികെട്ടൽ മാത്രം ഉണ്ടാവില്ല.അതെന്തോ കളിക്കാൻ പറ്റാത്ത കാര്യമായ ഒരു സംഗതിയാണെന്ന തോന്നലുള്ളതുകൊണ്ട് അതങ്ങ് ഒഴിവാക്കും.

അന്ന് കല്യാണപ്പെണ്ണിനെ ചമയിക്കൽ ആയിരുന്നു ഞങ്ങടെ പരിപാടി. കുഞ്ചുവിനെയാണ് കല്യാണപ്പെണ്ണാക്കാൻ തീരുമാനിച്ചത്. വിടർന്ന കണ്ണും, മനോഹരമമായ ചിരിയുമുള്ള മിനി എന്ന ആറു വയസ്സുകാരി. ആ ചിരിപോലെ നിഷ്കളങ്കയായിരുന്നു അവളും. വഴക്കോ പിണക്കമോ ഒന്നുമില്ല. ആരെന്തു പറഞ്ഞാലും 'ഓ' എന്ന് അനുസരിക്കുന്ന പാവം. വേലീടെ അപ്പുറത്ത് നിന്ന് 'കുഞ്ചുവേയ്...'എന്ന് അവളുടെഅമ്മ നീട്ടിവിളിക്കുന്നത് കേൾക്കാൻ നല്ല രസമാണ്.

അപ്പൊ പരിപാടി തുടങ്ങി. പെണ്ണിനുള്ള ആടയാഭരണങ്ങൾ തയ്യാറാക്കാനായി,കണ്ണിൽക്കണ്ട സർവ്വ പച്ചിലകളും പൂക്കളും വന്നെത്തി. മധുരക്കിഴങ്ങിന്റെ ഇലയുടെ തണ്ട് ചെറുതായി ഇടത്തോട്ടും വലത്തോട്ടും പൊട്ടിച്ചു ചീന്തിയെടുത്താൽ ഇല ലോക്കറ്റുള്ള ഉഗ്രൻ മാലയായി. അതുതന്നെയാണ് നെറ്റിച്ചുട്ടിയും, മാട്ടിയും. രണ്ടു തെങ്ങോല അങ്ങോട്ടുമിങ്ങോട്ടും മെടഞ്ഞ് അറ്റത്തൊരു മെച്ചിങ്ങ തൂക്കിയ ഇടത്തരം മാല, കുറെകാട്ടുപൂക്കൾ കോർത്ത്, അറ്റത്തൊരു തെച്ചിക്കുടം പിടിപ്പിച്ച വലിയമാല, തെങ്ങോല വാച്ചും മോതിരവും വളകളും,ഈർക്കിലി 'റ 'ആകൃതിയിൽ വളച്ച് മെച്ചിങ്ങ തുളച്ചുകേറ്റിയുണ്ടാക്കിയ ജിമിക്കി, മാവിലകൾ മടക്കി ഞെട്ടുകൊണ്ട് തുളച്ച് വാഴനാരിൽ കോർത്തെടുത്ത ഒഡ്യാണം, പ്ലാവില ഈർക്കിൽ കൊണ്ട് കോർത്തടുക്കിയ വങ്കി, തുണികളിലെ കസവുനൂൽ ഊരിയെടുത്തു ചുരുട്ടി

അമർത്തിയ മൂക്കുത്തി..ഈ ആഭരണങ്ങൾ കൂടാതെ, നിറവള്ളിയുടെ കായകൾ കെട്ടിയെടുത്ത കുഞ്ചലം, മുടിയലങ്കരിക്കാൻ നീളൻ ഞെട്ടുള്ള വാടാമല്ലി, ചെണ്ടുമല്ലി, ജമന്തി, ആരുടെ വീട്ടിലും മുല്ലയില്ലാത്തതുകൊണ്ട്, തല്ക്കാലം പൊട്ടിപ്പൂ കോർത്ത നീളൻ മാല....ഇങ്ങനെ മുടിക്കുള്ള അലങ്കാരങ്ങൾ വേറെ!!!ഇതിൽ ചിലതെല്ലാം പെണ്ണിന്റെ വേണ്ടപ്പെട്ടവരായ ഞങ്ങളും അണിയും.

ചുരുക്കത്തിൽ ഒരു പച്ചിലപ്പൂതവും,അനുയായികളും. പെണ്ണൊന്നനങ്ങിയാൽ ഒരു കാടിളകുന്ന പ്രതീതി.ഇളം തേക്കില കൊണ്ടുരച്ചു കൈയുംകാലും ചുവപ്പിച്ചു മൈലാഞ്ചിയിടൽ കർമ്മവും,ബീറ്റ്റൂട്ട് ലിപ്സ്റ്റിക്കും കൂടിയായപ്പോൾ കേമമായി.

ഒരുക്കിയ കല്യാണപ്പെണ്ണിനെ പതുക്കെ ആനയിച്ച് മാവിന്റെ വേരാകുന്ന പീഠത്തിലിരുത്തി. തലകുനിച്ച് നാണം അഭിനയിച്ച് പെണ്ണങ്ങിനെ ഇരുന്നു.

അപ്പോഴാണ് പങ്കജൻ ചെറിയച്ഛൻ അതുവഴി വന്നത്. ഞങ്ങടെ കളികളിൽ കയറി 'എടങ്ങേറുണ്ടാക്കുക' മൂപ്പർക്ക് വലിയ ഇഷ്ടമുള്ള കാര്യമാണ്. അതുകൊണ്ടുതന്നെ ആ തലവെട്ടം എങ്ങാനും കണ്ടാൽ കളിനിർത്തി 'ഞാനൊന്നുമറിഞ്ഞില്ലേ രാമനാരായണാ 'എന്ന മട്ടിൽ നിൽക്കും എല്ലാരും. മുത്തശ്ശിമാവിന്റെ തടി മറഞ്ഞതുകൊണ്ട് ഞങ്ങൾ കണ്ടില്ല ആ വരവ്. ഇതിപ്പോ സർവ്വാഭരണവിഭൂഷിതയായ പെണ്ണിനെക്കണ്ടാൽത്തന്നെയറിയാം

കാര്യം.

എല്ലാവരും ഒന്നു പരുങ്ങി. ഇനിയിപ്പോ എന്താണോ സംഭവിക്കാൻ പോകുന്നത്.

കല്യാണപ്പെണ്ണിനെ അടിമുടിനോക്കി മൂപ്പരൊരു ചോദ്യം.

'ചെക്കനെവിടെ? '

എല്ലാവരും കോറസ്സായി പറഞ്ഞൂ.

'ചെക്കനില്ല'.

'ചെക്കനില്ലാതെന്തു കല്യാണം? '

അടുത്ത ചോദ്യം.

എല്ലാരും ശ്വാസംമുട്ടി നിൽക്കുകയാണ്.

ഞങ്ങടെ കളികളിൽ നിയമങ്ങൾ ഉണ്ടാക്കുന്നതും പൊളിക്കുന്നതും ഞങ്ങൾ തന്നെയാണ്. ചെക്കനില്ലാതെ, ആവശ്യം വന്നാൽ പെണ്ണിനേയുംകൂടി ഒഴിവാക്കി കല്യാണം ഗംഭീരമായി നടത്താൻ ഞങ്ങൾക്കറിയാം. അതുണ്ടോ ഇങ്ങേർക്ക് മനസ്സിലാവുന്നു!!!

പങ്കജൻ ചെറിയച്ഛരൻ ചുറ്റും നോക്കി.കുഞ്ചലം ഉണ്ടാക്കിയ നിറവള്ളിയുടെ ബാക്കി അവിടെകിടപ്പുണ്ടായിരുന്നു. അതെടുത്ത് 'ടുണ്ടുംണ്ടും പേപ്പേപ്പേ...' എന്ന് ആയത്തിൽ പറഞ്ഞ് കുഞ്ചുവിന്റെ കഴുത്തിലിട്ടു. ഞങ്ങൾ സ്തംഭിച്ചു പോയി. കുഞ്ചു വായും പിളർന്ന് ഞങ്ങളെ നോക്കി നിൽക്കുകയാണ്.

ചൂണ്ടുവിരൽ നീട്ടി ചെറിയച്ഛരന്റെ അടുത്ത ഡയലോഗ്.

'ഞാൻ താലി കെട്ടി.അതുകൊണ്ട് ഇനി ഞാൻ പറയുന്നതൊക്കെ കേൾക്കണം.'

എന്നിട്ട് തിരിഞ്ഞുനോക്കി 'ഹയ് പിന്നാലെ വാന്നു 'പറഞ്ഞ് വലത്തോട്ടു നടന്നു. കുഞ്ചു പിന്നാലെ നടന്നു. പിന്നെ ഇടത്തോട്ടു നടന്നു. കൂടെ കുഞ്ചുവും. 'ചാടിക്കളിക്കെടാ കൊച്ചുരാമാ...' എന്നു പാടി ചാടിക്കളിച്ചു ചെറിയച്ഛരൻ, കൂടെ ചാടിയെന്നുവരുത്തി കുഞ്ചു. ആദ്യമാദ്യം കുഞ്ചുവിനു ചിരിവന്നെങ്കിലും പതുക്കെ അവളുടെ കണ്ണുചുവന്നു. ചിരി മാഞ്ഞു, കണ്ണു നിറയാൻ തുടങ്ങി.

അതുകണ്ടപ്പോൾ ചെറിയച്ഛരൻ വല്ലാതായി. മൂപ്പർ പതുക്കെ ആ വള്ളി അഴിച്ചുമാറ്റി. എന്നിട്ടൊരു പ്രഖ്യാപനം നടത്തി.

'താലി അഴിച്ചു. ഇനി ഞാൻ പറയുന്നത് കേൾക്കേണ്ട!!!'

ഇതു കേട്ടപാതി കുഞ്ചു ഒരോട്ടം. അവൾ ഓടിയ വഴിയിൽ പുല്ലുമുളക്കില്ല. അത്ര വേഗത്തിലായിരുന്നു ആ ഓട്ടം!!!

കാര്യങ്ങൾ മംഗളമായി കലാശിച്ചതിന്റെ ആശ്വാസം ഞങ്ങളിൽ നിറഞ്ഞു. കുഞ്ചു കരഞ്ഞിരുന്നെങ്കിലോ, ചെറിയച്ഛരന്റെ ഭർത്താവുകളി നീണ്ടുപോയിരുന്നെങ്കിലോ, അലമ്പായേനെ കാര്യങ്ങൾ.

പിന്നെ കുറച്ചുനാളേക്ക് കുഞ്ചു ആ വഴിക്കേ വന്നില്ല. പങ്കജൻ ചെറിയച്ഛന്റെ ശബ്ദം എവിടെയെങ്കിലും കെട്ടാൽ അവൾ വീടിനുള്ളിലൊളിക്കും.

**വാൽക്കഷ്ണം:**

വലിയ രണ്ടുമക്കളുടെ അമ്മയാണിന്നു കുഞ്ചു. ഉത്തരവാദിത്വമുള്ള, പക്വതയുള്ള, വീട്ടമ്മ. ആ വിടർന്ന ചിരിയും, നിഷ്കളങ്കതയും,അതുപോലെതന്നെ സൂക്ഷിക്കുന്ന കുടുംബനാഥ.

# 6

# കമ്മ്യൂണിസ്റ്റ്പച്ച പേൻ.

കുട്ടിസംഘത്തിലെ ഒരാൾടെ തലയിൽ പേൻ വന്നാൽ മതി മൊത്തം തലകളിൽ പേൻ നിറയാൻ. കുട്ടികളുടെ രാത്രി കിടപ്പ് ഒന്നിച്ചാണ്. അവരിൽ നിന്ന് വലിയ ആൾക്കാരുടെ തലയിലും പേൻ കയറുമെന്നുള്ളതുകൊണ്ട്, കുട്ടിപ്പട്ടാളത്തിന്റെ തല വൃത്തിയാക്കിവയ്ക്കുക അടിയന്തിരപ്രാധാന്യമുള്ള, അത്യാവശ്യമായ കാര്യമാണ്.

ഇന്നത്തെപ്പോലെ ബ്യൂട്ടിപാർലറുകളും, മരുന്നുകളും കാര്യമായില്ല അന്ന്. ഉണ്ടെങ്കിലും 'കണ്ണിൽക്കണ്ട സാധനങ്ങളൊന്നും'തലയിൽ തേക്കാനുള്ള അനുവാദമുണ്ടായിരുന്നുമില്ല. പേൻചീർപ്പും, ഈരോലിയെന്ന് വിളിക്കുന്ന ചെറിയ വിടവുള്ള മരത്തിന്റെ ഒരു 'ഈരുപിടിക്കൽ യന്ത്രവും 'ആണ് ഈ പരിപാടിയിലെ പ്രധാന ആയുധങ്ങൾ.കൈത്തഴക്കമില്ലാത്ത ആൾക്കാർ അത് തലയിൽ പ്രയോഗിച്ചാൽ നക്ഷത്രമെണ്ണും.അതുകൊണ്ടുതന്നെ കുഞ്ഞന് ആ പരിപാടിയോട് തീരെ യോജിപ്പില്ല.

ഞങ്ങളുടെ ആസ്ഥാന പേൻനിയന്ത്രണ നിവാരണ മേധാവി ശ്രീമതി തങ്കമ്മയാണ്. നാടൻ പാട്ടുകൾ ഈണത്തിൽ പാടി പണിയെടുക്കുന്ന വയസ്സായ ഒരമ്മ. വേദനിക്കാതെ ഈരോലി പ്രയോഗിക്കാൻ പ്രത്യേക പാടവമുണ്ടവർക്ക്. കുട്ടികളെ കൈയിലെടുക്കാനുമറിയാം.

വെറ്റിലത്തുപ്പൽ നിറഞ്ഞ മുഖം മുകളിലേക്കാക്കി 'നാനുണ്ടല്ലോ, മക്കൾക്ക് നോവാതെ ഒക്കത്തിനേം പിടിച്ച് വെടിപ്പാക്കിത്തരാ തല 'എന്നും പറഞ്ഞു ആടിയാടിവന്നു തങ്കമ്മ. കുട്ടാടൻ പേനേ,കുടുകുടുപേനേ ന്നുതുടങ്ങുന്ന പാട്ടൊക്കെപാടി ഓരോരുത്തരെയും അടുത്തുവിളിച്ചു തൊട്ടും തലോടിയും മടിയിൽ കിടത്തി ഓരോ തലയിലും അസാമാന്യ കയ്യടക്കത്തോടെ പണി തുടങ്ങി. അങ്ങോട്ട് ചീവി, ഇങ്ങോട്ട് ചീവി, മുടിക്ക് വളമിടേണ്ട കാര്യങ്ങളും, പണ്ടത്തെ മുടിസംരക്ഷണവും, അവരുടെ മുത്തിക്കുണ്ടായിരുന്ന മുട്ടോളം മുടിയുടെ കഥയും, അങ്ങനങ്ങനെ കാക്കത്തൊള്ളയിരം വിശേഷങ്ങൾ, കൂടെ

ഇടക്കിടെ 'പ്സ് പ്സ് 'ന്നുള്ള ശബ്ദവും, കൊഴിയുന്ന മുടികൾ കൊണ്ട് ട്രാക്കുണ്ടാക്കി മുട്ടൻ പേനുകളെ അതിൽവിട്ട് നടത്തുന്ന ഓട്ടമത്സരം വേറെ. അങ്ങനെ പേനെടുക്കൽ മഹാമഹം ഗംഭീരമായി നടന്നുകൊണ്ടിരിക്കെ വന്നു ആശരീരി.

'എന്റെ തലയിൽ പേനെടുക്കേണ്ട!!!.'

ഇടുപ്പിൽ കൈകുത്തി, കീഴ്ച്ചുണ്ട് കടിച്ച്, ഉഗ്രഭാവത്തിൽ നിൽക്കുന്നു കുഞ്ഞൻ.

കുഴഞ്ഞു കാര്യം.ഏതു തല എങ്ങനെ വൃത്തിയാക്കിയാലും, ആ ഒരു തല മതി എല്ലാ തലയും വൃത്തികേടാക്കാൻ. അവളാണെങ്കിൽ രാത്രി ഏതു സമയത്തെണീക്കുമെന്നും, എണീച്ചാൽ ആരുടെകൂടെ വന്നുകിടക്കുമെന്നും ഒരു പിടിയുമില്ല. ചികിത്സ വേരീന്ന് തുടങ്ങിയില്ലെങ്കിൽ ഫലം തഥൈവ.

ഉടനെ സംഘം പരസ്പരംകണ്ണിലൂടെസന്ദേശം കൈമാറി.ഇനി ഒരാൾതുടങ്ങിയാൽമതി.

കൂട്ടത്തിൽ വളരെമര്യാദക്കാരനായ സുനി തുടങ്ങി.

'കുഞ്ഞോ, നിന്റെ തലയിലെ ചോര പേനുകൾ കുടിക്കും. രക്തംവറ്റി നീ വിളർത്ത് തളർന്ന് 'കൊക്കരക്കോ....ന്നാകും. 'ഈ കൊക്കരക്കോ എന്താണെന്ന് ഇന്നും എനിക്കു പിടിയില്ല.

ഡ്രാക്കുള വന്നു രക്തം കുടിച്ചാലും പുല്ലാണെന്ന ഭാവത്തിൽ 'ഓ പിന്നേ..' യെന്ന് അവളും.

ഉടനെ കുഞ്ചു വന്ന് കുഞ്ഞന്റെ തലയൊന്ന് വകഞ്ഞുനോക്കി,'അയ്യോ ' എന്നു പറഞ്ഞു തലയ്ക്കു കൈയും കൊടുത്ത് തളർന്ന് നിലത്തിരുന്നു.എല്ലാവരും ആകാംഷയോടെ കുഞ്ചുവിനെ നോക്കി. ഒരു മുടിയിൽ തന്നെ അൻപതു പേനുണ്ടെന്നും, ഈരു മറഞ്ഞിട്ട് മണ്ട കാണുന്നില്ലെന്നും കുഞ്ചു തട്ടിവിട്ടു.

പേനൊന്ന് ഒരു തുള്ളി രക്തം വച്ചുകൂടിച്ചാൽ, എല്ലാപേനും കൂടെ ഒരാഴ്ച കൊണ്ട് കുഞ്ഞന്റെ മൊത്തം രക്തവും കുടിച്ചു വറ്റിക്കുമെന്നും, കുഞ്ഞന് അടുത്താഴ്ച രക്തം കേറ്റേണ്ടിവരുമെന്നും, ഒരു കണക്കുപോലും മര്യാദക്കു ചെയ്യാനാറിയാത്ത സുനി കണക്കുകൂട്ടി പറഞ്ഞപ്പോൾ കുഞ്ഞന്റെ മത്തക്കണ്ണ് ഒന്നുകൂടി വലുതായി.

എന്നാലും നിന്ന നിൽപ്പിൽ അർദ്ധവൃത്താകൃതിയിൽ ഇടത്തോട്ടും വലത്തോട്ടും തിരിഞ്ഞു തിരിഞ്ഞു പറ്റില്ലെന്നു പറഞ്ഞുകൊണ്ടേയിരുന്നു അവൾ.

ബീന പതുക്കെ, അടുത്തുനിന്ന തേക്കിന്റെ തളിരില നഖത്തിൽ തേച്ച്, കമ്മ്യൂണിസ്റ്റ് പച്ചയുടെ പൂ നുള്ളി, അടക്കത്തിൽ പിടിച്ച്, കുഞ്ഞന്റെ തലയിൽ നിന്ന് പേനെടുക്കുന്നപോലെ കാണിച്ച് പൂവിനെ പതുക്കെ ഞെക്കി. വെളുത്ത നിറമുള്ള പാതിവിരിഞ്ഞ ആ പൂവോരെണ്ണം നഖത്തിനിടയിൽ വച്ചു ഞെക്കിയാൽ പേനുകളെ കൊല്ലുമ്പോഴുണ്ടാകുന്ന ശബ്ദം കേൾക്കാം. അതു കേട്ടപ്പോൾ കുഞ്ഞൻ പേടിച്ചു. ബീന കൈനഖം കാണിച്ചുകൊടുത്തു. അപ്പടി 'ചോര'.ഒരു സൂചി കുത്താനുള്ള സ്ഥലത്തുനിന്നാണിത്രയും ചോര കുടിച്ചതെന്നും, ഇപ്പോഴാനെങ്കിൽ രക്തം കിട്ടാൻ വളരെ പ്രയാസമാണെന്നും, കൂട്ടത്തിലാരും അവരുടെ രക്തം കുഞ്ഞന് കൊടുക്കില്ലെന്നുമുള്ള പറച്ചിലും കൂടിയായപ്പോൾ അവൾ ഒന്നയഞ്ഞു.

ഭീഷണിയും കണ്ണുരുട്ടലും ഭാവാഭിനയുമൊക്കെ മുറക്ക് നടത്തി, നാഗവല്ലിയെ കളത്തിലേക്കാവഹിക്കുന്നതു പോലെ, ഞങ്ങളെല്ലാവരുംകൂടെ അവളെ പതുക്കെ തങ്കമ്മയെ ഏൽപ്പിച്ചു. മനസ്സില്ലാമനസ്സോടെയാണെങ്കിലും, സത്യസന്ധന്മാരായ കള്ളന്മാരെ നോക്കിദഹിപ്പിച്ച് അവളിരുന്നുകൊടുത്തു. ആ തലയിൽ നിന്നുള്ള പേനുകളെ കൊല്ലുന്നതിനുമുൻപ് ചീത്ത വിളിച്ചും, ഓട്ടമത്സരം നോക്കിയും, പാട്ടുകേട്ടും, മുഴുവൻ വൃത്തിയാവുന്നതുവരെ.

ആശ്വാസമായി. അങ്ങനെ വേരിൽ നിന്നുള്ള ചികിത്സ വിജയിച്ചു.

കുളിച്ച്, സാംബ്രാണി പുകച്ചുണക്കിയ മുടിയിൽ തുളസിയിലകൾ തിരുകി, ഉറങ്ങാൻ കിടക്കുമ്പോൾ അവളുടെ ഒരു ചോദ്യം.

'ഇത്ര വലിയ ഞാൻ ഉണ്ണുന്നത് ഒരു തവി ചോറ്. അപ്പൊ ഇത്രയും കുഞ്ഞുപേനിന്റെ വയറിൽ ഒരു കുത്തിന്റത്രയും ചോരയല്ലേ കൊള്ളുള്ളു? '

അതൊരു ചോദ്യമായിരുന്നു. ചിരി കടിച്ചമർത്താൻ പാടുപെടുന്ന ഞങ്ങളെ കണ്ട് അവൾ കൊഞ്ഞനംകുത്തി.

'എന്നെപ്പറ്റിച്ച എല്ലാ പിള്ളാര്ടേം കണ്ണു പൊട്ടിപ്പോട്ടെ!!!'

കൂട്ടത്തിൽ ഒരു മൂളലും തല വെട്ടിക്കലും.

ഉടനെ ഞങ്ങൾ വിശുദ്ധന്മാരും മാലാഖമാരുമായി.

'അതേ കുഞ്ഞാ, പേനുകൾ കഴിക്കാത്ത രക്തവും, മുടിചീവിയപ്പോൾ അതിന്റെചുവട്ടിലേക്കൊഴുകിയ രക്തവും ഒക്കെയാവുമ്പോ മുടിക്ക് നല്ലോണം പോഷകം കിട്ടും. അത് വളർന്നുവളർന്നു പനങ്കുല പോലെയാകും'. പനങ്കുല മുടിയെക്കുറിച്ച് തങ്കമ്മ അന്നൊരുപാട് വർണ്ണിച്ചിരുന്നു.

'കുഞ്ചലം'വച്ചു നീളത്തിൽ പിന്നിയിട്ട് നിറയെ മുല്ലപ്പൂവും ചൂടി നല്ല സ്റ്റൈലായി ആട്ടിയാട്ടിനടക്കാലോ നിനക്ക്? '

അതിലവൾ വീണു.

ഒരു സന്തോഷച്ചിരിയോടെ തിരിഞ്ഞുകിടന്ന് കണ്ണടക്കുന്നതിനിടയിൽ വന്നുഅടുത്ത ഡയലോഗ് 'ഞാൻ ചുവപ്പും നീലയും കുഞ്ചലം വാങ്ങുമ്പോൾ ചോദിക്കാൻ വരരുത് തരില്ല,പിന്നെഎന്റെമുടി ആയിരംപിന്നൽ പിന്നിത്തരണം.മുറ്റത്തുനട്ട റോസാചെടിയിലെപൂക്കളുംതരില്ല'. ഇതൊക്കെ സത്യം ചെയ്യിച്ചിട്ടേ അവൾക്കു സമാധാനമായുള്ളു.മെല്ലെ മെല്ലെ ഉറക്കത്തിലേക്കു പോകുന്നതിനിടയിലും ഉറക്കത്തിലും കാണാമായിരുന്നു നീണ്ട മുടിയുടെ ആ സന്തോഷച്ചിരി .

**വാൽക്കഷ്ണം.**

നൂറുശതമാനം ആത്മാർത്ഥതയോടെയും, കൃത്യതയോടെയും, സന്തോഷത്തോടെയും, കുടുംബത്തിന്റെയും കുട്ടികളുടെയും ഉത്തരവാദിത്വം നിറവേറ്റുന്ന ടീച്ചറാണ് ഇന്ന് കുഞ്ഞൻ. 'മെയ്ന്റയിൻ ചെയ്യാൻ പാടാണെന്നു കണ്ട്, മുടി നീളംകുറച്ചു വെട്ടി സ്റ്റൈലാക്കിയ, ഞങ്ങൾടെ സ്വന്തം കുഞ്ഞാണ്ടി'.

# 7

# ചെട്ടിയാരുടെ ഇഡ്ഢലി.

മഴ!!!മഴ!!!മഴ!!!

പാടത്തെ ഞാറുകൾക്കൊപ്പം ചരിഞ്ഞുചരിഞ്ഞോടുന്ന വികൃതിമഴ. കാറ്റിനൊപ്പം കൂടി തെങ്ങിൽ പട്ടകളെ പിടിച്ചുവലിക്കുന്ന കുറുമ്പൻ മഴ. ഓവിലൂടെ പോകാൻ പറ്റാഞ്ഞിട്ടും മുറ്റത്തു വട്ടം കറങ്ങി വീണ്ടും വീണ്ടും ഓവിലേക്കോടുന്ന പൊട്ടൻ മഴ. വീടിന്റെ രണ്ടുനിലകളിൽ വീണുരുണ്ട് പാത്തിയിലേക്കൂർന്ന് ആയത്തിൽ ചാടിവീഴുന്ന ശക്തൻ മഴ. കെട്ടിക്കിടക്കുന്ന വെള്ളത്തിൽ വീണുമുങ്ങി 'പൊള്ള ' കളുയർത്തി തുള്ളുന്ന കള്ളൻ മഴ. മഴയോ മഴ!!!.

കുടുങ്ങിയത് ഞങ്ങൾ കുട്ടി സംഘമാണ്. മഴയത്ത് പുറത്തിറങ്ങാൻ സമ്മതിക്കില്ല മുതിർന്നവർ. പുറത്തിരിക്കാൻ പറ്റിയ ഒരേയൊരു സ്ഥലം നീളൻ വരാന്തയാണ്. അവിടിരുന്നാൽ മഴക്കുട്ടന്റെ കളികളൊക്കെ കാണാം. ഞങ്ങളോടൊപ്പം തൊട്ടുള്ള കഴ്ണി മരത്തിൽ ഒരു ബലിക്കാക്കയും കാണും. 'ക്രാ..' ക്കു പകരം അടഞ്ഞ ശബ്ദത്തിൽ 'ന്രോ..' എന്ന് കരയുന്നത് കൊണ്ട് ഞങ്ങളതിനെ 'ന്രോ കാക്ക ' എന്നാണ് വിളിക്കുന്നത്. തലയിലെ തൂവലുകൾ ഇടക്കിടെ കുത്തനെ നിർത്തി,വരാന്തയിൽ കളിക്കുന്ന ഞങ്ങളെ ചാഞ്ഞും ചരിഞ്ഞും നോക്കി അതങ്ങനെ കൂനിക്കൂടിയിരിക്കും. ചോറും കറികളും പാത്രത്തിലിട്ട് വരാന്തയിലിരുന്നുണ്ണുന്നത് ഞങ്ങൾക്കൊരു നേരമ്പോക്കാണ്. എന്തു കഴിക്കുമ്പോഴും അതിലൊരു പങ്ക് 'ന്രോ കാക്ക'ക്കും കൊടുക്കും. അതു കൊത്തിക്കൊത്തിതിന്നുന്നത് കാണാൻ ഒരു രസം.

പെരുമഴയത്ത് 'ന്രോ കാക്ക'യെപ്പോലെ ഞങ്ങളും തൂങ്ങിപ്പിടിച്ചിരിക്കുകയായിരുന്നു. അന്നേരമാണ് ഇഡ്ഢലിചെട്ടിയാർ കയറിവന്നത്. പാടത്തു പണിക്കാർക്ക് ഇഡ്ഢലി വിൽക്കലാണ് ചെട്ടിയാരുടെ പണി. പണി തുടങ്ങുമ്പോൾ സ്ഥിരമായി അയാൾ വരും.പുത്തൻ വട്ടി തളിർവാഴയില കൊണ്ടു മൂടി ആടിയാടി അയാൾ വരുന്നതു കാണാൻ തന്നെ ഒരു

ചേലാണ്. ആ വട്ടിക്കുള്ളിൽ നോക്കാനും, ഇഡ്ഡലി കഴിക്കാനുമുള്ള ആഗ്രഹം ഞങ്ങൾക്കെപ്പോഴുമുണ്ട്. അതുപറഞ്ഞാൽ അമ്മമാർ കണ്ണുരുട്ടും. വീട്ടിലിത്രയും ഇഡ്ഡലിയുണ്ടാവുമ്പോ ചെട്ടിയാരുടെ ഇഡ്ഡലി കഴിക്കാഞ്ഞിട്ടാണെന്നും പറഞ്ഞൂ ഒരു കിഴുക്കും കിട്ടും. ഞങ്ങടെ പണിക്കാർ പാടത്തിരുന്ന് കഴിക്കുന്നത് ഇവിടെയിരുന്നു നോക്കി വെള്ളമിറക്കാനേ പറ്റൂ.

കച്ചവടം കഴിഞ്ഞു വരുമ്പോൾ വല്ലപ്പോഴും ചെട്ടിയാർ ഇവിടെ വരാറുണ്ട്. മാത്തൂരമ്മയോട് കുശലം പറയാൻ. പക്ഷെ അന്നയാൾടെ മുഖത്ത് അത്ര തെളിച്ചമുണ്ടായിരുന്നില്ല. തലേ ദിവസം പണി ഉറപ്പുവരുത്തിയിട്ടാണ് എന്നും ഇഡ്ഡലി കൊണ്ടുവരാറ്. പ്രതീക്ഷിക്കാത്ത ഒരു മരണം കാരണം ഒരു വിഭാഗം പണിക്കാർ കണ്ടം കേറിപ്പോയി. പകുതി ഇഡ്ഡലി ബാക്കിയായി. അതാണ് ആ തെളിച്ചക്കുറവിന്റെ കാരണം.

വരാന്തയുടെ തലക്കലിരിക്കുന്ന ആ വട്ടിയോടുള്ള കൊതി കഷ്ടപ്പെട്ട് അടക്കിനിർത്തിയിരിക്കുമ്മ്പോഴാണ് മാത്തൂരമ്മയുടെ ചോദ്യം.

'ഇഡ്ഡലി വേണോ പിള്ളാരെ? '

ആഹഹ!!

വേണ്ടേ പിന്നെ!!

സംഘം ഉഷാറായി.

'നാലെണ്ണം ഒഴിച്ച് ബാക്കി ഇങ്ങോട്ട് തന്നോളൂ ചെട്ടിയാരെ.'

അതു കേട്ടപ്പോൾ ആ മുഖത്തെ സന്തോഷം കാണണമായിരുന്നു. ഞങ്ങൾക്ക് അതിനേക്കാളും സന്തോഷം.

ഇനി അമ്മമാർ ഇടങ്കോലിടില്ല. മാത്തുരമ്മേടെ ഓർഡർ ആണ്.

ചെട്ടിയാർ പതുക്കെ നാക്കില മാറ്റി. വട്ടിക്കുചുറ്റും നിരന്ന ഞങ്ങൾ കൗതുകത്തോടെ ഉള്ളിലേക്കുനോക്കി. സാമാന്യം വലിയൊരു കുട്ടയിൽ വെളുവെളുത്ത ഇഡ്ഡലികൾ ഭംഗിയായി അടുക്കിവച്ചിരിക്കുന്നു. ഒരു ചെമ്പുപാത്രത്തിൽ 'കാന്തി ',വേറൊരെണ്ണത്തിൽ വെള്ളച്ചട്ട്ണി, ഒരു കുഞ്ഞു ഡവറയിൽ പൊടി. വിളമ്പാനുള്ള ചീന്തിലകൾ ഒരു മൂലക്ക് അടുക്കിയിട്ടുണ്ട്. ഒരു വെറ്റിലസഞ്ചിയും, പണസഞ്ചിയും. എല്ലാം കണ്ട് ഞങ്ങൾ നിർവൃതിയടഞ്ഞു.ഓട്ടുപാത്രത്തിൽ നല്ല ചൂടുചായ ചെട്ടിയാർക്കു കൊടുത്തു അമ്മ . ഇലച്ചീന്തുകളിൽ ഇഡ്ഡലി നിരന്നു. ബാക്കി അമ്മമാർക്കായി അകത്തേക്കും പോയി.

ഇഡ്ഡലിയിൽ ഒരെണ്ണം ചട്ണിയൊഴിച്ച് മതിലിന്റെ മുകളിൽ വച്ചു ചെട്ടിയാർ കാക്കയ്ക്ക് . പിന്നെ വറമുളകിൻ തുണ്ടുകളെ ഒന്നു ഞെവിടി, കാന്തിയും തേങ്ങ ചട്ണിയും പൊടിയും ചേർത്ത്, ഞങ്ങളെയും അതുപോലെ ചെയ്യാൻ നിർബന്ധിച്ച്, ഇടക്കൊന്നു ചായ മൊത്തി,'ബ്രോ കാക്കയോട് വിശേഷം ചോദിച്ച് ,ഇഡ്ഡലി കഴിച്ചു ചെട്ടിയാർ.ഉലുവമണമുള്ള പൂ പോലെയുള്ള ഇഡ്ഡലി ഞങ്ങളും ആസ്വദിച്ചു കഴിച്ചു. ഞങ്ങൾ അത്രയും രുചിയോടെ അതിനു മുന്നോ പിന്നോ ഇഡ്ഡലി കഴിച്ചിട്ടില്ല. ഇഡ്ഡലിയുടെ വിലയോടൊപ്പം ആ വട്ടി നിറയെ തേങ്ങ കൊടുത്തു മാത്തൂരമ്മ. നാട്ടുവർത്താനം പറഞ്ഞ്, നന്നായൊന്നുമുറുക്കി, ഹൃദയം നിറഞ്ഞ ചിരിയോടെ ചെട്ടിയാരിറങ്ങി. കൊക്കു നിറയെ ഇഡ്ഡലി നിറച്ച് 'ബ്രോ കാക്ക' എങ്ങോട്ടോ പറന്നുപോയി.

അകത്തുപോയി നോക്കുമ്പോൾ ഞങ്ങളെക്കാളും ആർത്തിയോടെ കഴിക്കുന്നു അമ്മമാർ. അവരുണ്ടാക്കിയ ഇഡ്ഡലി, അവർതന്നെ കഴിച്ച്, അവർക്കുതന്നെ മടുത്തിരിക്കണം.

കുറച്ചുനേരം കഴിഞ്ഞു ഞങ്ങൾ മാത്തൂരമ്മയോട് ചോദിച്ചു.

‘എന്തിനാണ് ആ നാലിഡ്ഢലി ബാക്കി വച്ചത്?

അമ്മ പറഞ്ഞു.

‘ഉണ്ടാക്കിയതിൽ ഏറ്റവും നല്ലത് വിൽക്കാനേ നോക്കൂ എല്ലാവരും. വിൽക്കാൻ പറ്റാത്ത പോലെ ബാക്കി വരുകയാണെങ്കിൽ തീർച്ചയായും കഴിക്കും. അയാളും കഴിക്കട്ടെ വല്ലപ്പോഴും നല്ല ഇഡ്ഢലി ‘

ശരിയല്ലേ അത്?

**വാൽകഷ്ണം:**

ഇഡ്ഢലിക്കരക്കുമ്പോൾ ഞാൻ ഉലുവ ചേർക്കാറുണ്ട്. കാലത്ത് ഇഡ്ഢലി വേവുമ്പോഴുള്ള മണം, എന്നെ ചെട്ടിയാരുടെ ഇഡ്ഢലി വട്ടിയിലേക്ക് കൊണ്ടുപോകും. തളിർ നാക്കില കൊണ്ടു മൂടിയ, ആ പുത്തൻ വട്ടിയിലേക്ക്.

# 8

# ചേട്ട കളയൽ.

മിഥുനമാസം തുടങ്ങുമ്പോൾ അലക്കിയ വെള്ളമുണ്ടൊരെണ്ണം തിരിത്തുണിയാകും. അത് ഒരുവിരൽ നീളത്തിൽ രണ്ടിഞ്ചു വീതിയിൽ കീറിയെടുത്ത് കൈയിലും നീട്ടിയ കാലുകളിലും ഉരുട്ടിത്തെറുത്തെടുക്കും അമ്മമാരും കുട്ടികളും. ചെറിയ ഉരുളിയിൽ അടുക്കുകളായി ഉയരുന്ന തിരിക്കൂമ്പാരം, മിഥുനം കർക്കിടകം മാസങ്ങളിൽ സന്ധ്യക്ക് കിഴക്കേപ്പൂമുഖത്തിനോടു ചേർന്ന ഒതുക്കുകല്ലിൽ തെളിയിക്കാനാണത്. അവശ്യത്തിനെടുത്ത്, ഡവറയിലെ എള്ളെണ്ണയിൽ കൂതിർത്ത്തെളിയിക്കുന്നതിരി അരമണിക്കൂറോളം ശോഭയോടെ കത്തും. പഞ്ഞമാസങ്ങളിൽ ശ്രീഭഗവതിയെ പ്രീതിപ്പെടുത്താൻ തെളിയിക്കുന്ന കുഞ്ഞുദീപങ്ങൾ. മഴനൂലുകൾക്കിടയിലൂടെ മിന്നിമിന്നിക്കത്തുന്ന ദീപപ്രഭക്ക് ഒരു പ്രത്യേക ചന്തമായിരുന്നു. മഴത്തുള്ളി നെറുകിൽവീഴുമ്പോഴുള്ള ദീപങ്ങളുടെ പിടച്ചിലും,അതു കുടഞ്ഞെറിഞ്ഞ് കത്തിയുയരുന്നതും,പിന്നെഅനങ്ങാതെ നിന്നുകത്തുന്നതും കണ്ടുകൊണ്ട് തണുപ്പത്തു കൂനിക്കൂടിയിരിക്കാൻ സുഖമാണ്.

വിളക്ക് വച്ച് അധികം വൈകാതെ കുട്ടികൾക്ക് ഭക്ഷണം തരും. രാത്രിഭക്ഷണം മിക്കവാറും കഞ്ഞിയും, അപ്പോൾ സുലഭമായിട്ടുള്ള തൊടിയിലെ പച്ചക്കറി വിഭവങ്ങളുമായിരിക്കും. കെട്ടുപോകുന്ന തിരിയിൽനിന്നുയരുന്ന പുകമണവും, ആവിപറക്കുന്ന കഞ്ഞിയുടെയും മെഴുക്കുപുരട്ടിയുടെയും മണവും, ചോറിലിറ്റിച്ച നെയ്മണവും ചേർന്ന് സുഖകരമായ ഒരന്തരീക്ഷത്തിൽ മഴ നോക്കി അസ്വദിച്ചു കഞ്ഞികുടിക്കുന്നതിനിടയിലാണ്, പൊട്ടക്കലവും പിടിച്ച് തൊടിയിലൂടെ നടക്കുന്ന തൊണ്ണിമുത്തിയെകണ്ടത്. എല്ലാവരും തുരുതുരാ ഭക്ഷണം കഴിച്ച് കൈകഴുകി തൊണ്ണിമുത്തിയുടെ പിന്നാലെ കൂടി. പിറ്റേന്ന് ചേട്ട കളയാനുള്ള തയ്യാറെടുപ്പാണ്. കർക്കടകം ഒന്നാംതീയതി ചേട്ടാ ഭഗവതിയേ പുറത്താക്കി

ശ്രീഭഗവതിയെ കുടിയിരുത്തുന്ന ചടങ്ങ്. 'പ്രേത'ങ്ങളെയും 'പിസാസ്,ക്കളെയും പറ്റി അപാര അറിവാണ് തൊണ്ണിയമ്മക്ക്. പാടവരമ്പിൽ പനനിരവിന്റടുത്തുള്ള ചെമ്പോത്തുതൊടിയിൽ ഒരു 'കുട്ടിപ്പിസാസ്' ഉണ്ടെന്നും,അതിനെ അടക്കിയിരുത്താൻ, മഴക്കാലത്ത് കുട കാണിക്കണം, വേനൽക്കാലത്ത് ചൂണ്ടുവിരൽ കാണിക്കണമെന്നുള്ളതും, രാത്രി അടുപ്പൂട്ടി മലയിൽ കാണുന്ന തീ, വായിൽ തീയുള്ള 'കൊള്ളിപ്പിസാസ്'ചിരിക്കുന്നതാണെന്നൊക്കെയറിയാവുന്ന അവരെ ഞങ്ങൾക്ക് ചെറിയ പേടിയുമുണ്ട്.

തേഞ്ഞ് ഉപയോഗശൂന്യമായ കുറ്റിച്ചൂൽ, പൊട്ടിയ മൺപാത്രക്കഷ്ണങ്ങൾ ,ചില്ലുകൾ, അങ്ങനെ ചേട്ടയിരിക്കുന്ന സാധനങ്ങളൊക്കെ പെറുക്കി വിറകുപുരയുടെ പിറകിൽ കൊണ്ടുവയ്ക്കുകയാണ് കണ്ണമ്മ. നാളെ അടിച്ചുവാരിയെടുത്ത പൊടിയും താളിന്റെ ഇലകളും കൂടി പൊട്ടച്ചട്ടിയിലിട്ട്, തിരിയും കൊളുത്തി പാടത്തെ ഇട്ട്ളിയിൽ (ഇതുപോലുള്ള സാധനങ്ങൾ ഉപേക്ഷിക്കുന്ന ആൾപെരുമാറ്റം കുറവായ സ്ഥലം ) കൊണ്ടിടും. കുട്ടികൾടെയും വലിയവരുടെയും ഉയരത്തിനനുസരിച്ച് വെട്ടിയെടുത്ത വാഴക്കണകൾ കെട്ടുകളാക്കി തിട്ടിന്മേൽ വച്ചിരിക്കുന്നു. അതിൽനിന്നും കറ ഇറ്റുവീഴുന്നുണ്ട്.

"എല്ലാവരും നാളെ ഉഷാറായിരിക്കണം.പൊട്ടിയെ അടിച്ചുപുറത്താക്കണം നമുക്ക് ".

എന്നും പറഞ്ഞ് തൊണ്ണിമുത്തി പോയി. അക്ഷരാർത്ഥത്തിൽ അടിച്ചുപുറത്താക്കുക തന്നെയാണ്. നീണ്ട വാഴക്കൈ വെട്ടി ഇലകൾ മാറ്റി വടിയുടെ നീളത്തിൽ മുറിച്ച്, ആ വാഴക്കണ കൊണ്ട് കുറച്ചാൾക്കാർ, ചേട്ടയെ ആവാഹിച്ചുനടക്കുന്ന തൊണ്ണിമുത്തിയുടെ പുറകിലായി നിലത്തു തല്ലിത്തല്ലി നടക്കും. ഇട്ട്ളി വരെ ആ തല്ലുജാഥ നീളും.തിരികത്തുന്ന പൊട്ടച്ചട്ടി അവിടെവച്ച്, വാഴക്കണ വലിച്ചെറിഞ്ഞ് തിരിഞ്ഞുനോക്കാതെയോടി വീട്ടിൽവന്ന്,വീടും ദേഹവും ശുദ്ധി വരുത്തി വിളക്കുവയ്ക്കും.അതാണ് ചേട്ടകളയൽ. ഈ തല്ലിനിടയിൽ അറിഞ്ഞുംഅറിയാതെയും, തല്ലുകാർക്ക് തമ്മിൽതമ്മിലും,മുന്നേ നടക്കുന്ന തൊണ്ണിക്കും കിട്ടും തല്ല് .വേദനയില്ലാത്തതുകൊണ്ട് ആ തല്ല് കാര്യമാവാറില്ല. കൂടെ ' ചേട്ട പോ. .ശ്രീഭഗവതി വാ' എന്നുറക്കെ പറയുകയും വേണം. പിള്ളാർക്കതു 'പൊട്ടിപോ ശീബോതി ബാ 'എന്നേ വരൂ. അടിയും അലർച്ചയും കൂടെ കൂട്ടച്ചിരിക്ക് വഴിയൊരുക്കും. ഗൗരവക്കാരിയായ മാത്തൂരമ്മ പോലും ചിരിച്ചുപോകും.

പിറ്റേന്ന് ഉണർന്നെണീക്കുമ്പോൾത്തന്നെ ഉത്സാഹത്തിലായിരുന്നു എല്ലാവരും.കാത്തുകാത്തിരുന്ന് അഞ്ചരയായി.വീടെമ്പാടും ഓടിനടക്കുന്ന

ചേട്ടയെ പുറത്താക്കാൻ സമയമായി.പൊട്ടക്കലവും തിരിയുമായി തൊണ്ണിമുത്തി മുന്നിലും, ഭടന്മാർ പിറകെയും നടന്ന് തല്ല് തുടങ്ങി.

ഉരൽപ്പുര,കഞ്ഞിപ്പുര,തവിട്ടുമുറി,അടുക്കള, ഊൺതളം,കോമ്പര,അരിമുറി,താഴ്വാരങ്ങൾ, പത്തായങ്ങൾ, കിടപ്പുമുറികൾ,പൂജാമുറി,വടക്കേപൂമുഖം, തെക്കേപൂമുഖം,ട്രാക്ടർഷെഡ്,തൊഴുത്ത്, കുളിമുറിയടക്കം എല്ലാമുറികളിലെയും മുക്കും മൂലയും ചെന്ന്,ചേട്ടയെ തിരഞ്ഞുപിടിച്ച് കിഴക്കേ വാതിൽവഴി മുറ്റത്തേക്കിറക്കി ഞങ്ങൾ.പതിവുപോലെ അലർച്ചയും അടിയും തമ്മിലടിയും കൂട്ടച്ചിരികളും അകമ്പടിയായുണ്ട്. എല്ലാവരുടെയും വാഴക്കണകൾ പിഞ്ഞി തൂങ്ങിയാടുന്നുണ്ടായിരുന്നു. ജാഥ മുറ്റം ചുറ്റി പടിക്കുപുറത്ത് പാടത്തേക്കിറങ്ങി ഇട്ട്ളിയിലെത്തി.'ഓടിക്കോ' ന്നു പറഞ്ഞ് കണ്ണമ്മ ആ പൊട്ടക്കലം പതുക്കെ നിലത്തു വച്ച് തിരിഞ്ഞുനോക്കാതെ ഓടി വന്നു. അതിനുമുന്നേ വാഴക്കണ വലിച്ചെറിഞ്ഞു ഞങ്ങളെല്ലാവരും ഓട്ടം തുടങ്ങിയിരുന്നു. വീട്ടിനകത്തേക്ക് കേറുമ്പോൾ ഒരു വലിയ ചിരി ചിരിച്ചുതീർത്ത ആശ്വാസമായിരുന്നു ഞങ്ങൾക്ക്.

മേൽകഴുകിവന്നപ്പോഴ്ക്കും വീടുമുഴുവൻ തുടച്ച് സാമ്പ്രാണി പുകച്ചിരുന്നു.അടുക്കളയിൽ എത്തിയപ്പോൾ കുഞ്ഞു വാഴക്കണ ആവണക്കെണ്ണയിൽ മുക്കി ദോശക്കല്ലിൽ പുരട്ടി 'ശീ 'ന്ന ശബ്ദത്തിൽ ദോശയൊഴിച്ചടുക്കികൊണ്ടിരിക്കുന്നു അമ്മ.കാണുന്ന ദൂരത്തിൽ ചേട്ടയെക്കൊണ്ടിരുത്തിയാൽ ഇങ്ങോട്ടുതന്നെ വരില്ലേ എന്നൊരു കുഞ്ഞുസംശയം ചോദിച്ചപ്പോൾ ചെറിയപാത്രങ്ങളിൽ ചുവന്ന 'കാന്തി ' യും,

കാലത്തെ സാമ്പാറും വിളമ്പുന്നതിനിടയിൽ അമ്മ ചിരിച്ചുകൊണ്ട് പറഞ്ഞു.

"മാതൃ നിന്ദ, പിതൃ നിന്ദ, ഗുരുനിന്ദ, ഈശ്വരനിന്ദ, വൃത്തിയില്ലായ്മ, ഇതൊക്കെയുള്ളിടത്തെ ചേട്ടാഭഗവതിക്ക് ഇരിക്കാൻ പറ്റു.വരുത്താതെനോക്കണംനമ്മൾ."

ആശ്വാസമായി.

വിളക്കുവച്ച്, ഒതുക്കുകല്ലിൽ നിറയെ ദീപങ്ങൾ വച്ച് നാമം ജപിക്കുമ്പോൾ ഞങ്ങൾക്ക് കാണാമായിരുന്നു, ശ്രീഭഗവതിയുടെ സാന്നിധ്യം. പടിക്കപ്പുറം ' ഇവിടെക്കയറാനെന്തുവഴി ' എന്നാലോചിച്ചു നിൽക്കുന്ന ചേട്ടാഭഗവതിയുടെ സാന്നിധ്യവും.

**വാൽക്കഷ്ണം:**

ഫ്ലാറ്റിൽ പൊട്ടക്കലവും കുറ്റിച്ചൂലുമില്ലാതെ,അടിച്ചുവാരിയ പൊടി അകത്തുതന്നെ സൂക്ഷിക്കണമെന്ന നിബന്ധന പാലിച്ച് ചേട്ട കളയും ഞാൻ.വലിയ അകായിൽ നിന്നുള്ള 'പൊട്ടി പോ, ശിബോതി ബാ ' ന്ന ബഹളവും, അടിയും, ഓട്ടവും, ചിരിച്ചുമറിയുന്ന തൊണ്ണിയമ്മയും മനസ്സിലേക്കോടിയെത്തും. സാംബ്രാണിപ്പുകപോലെ ഓർമ്മകൾ തള്ളിക്കയറി,മനസ്സിലെ ചേട്ടയെ പിടിച്ചുപുറത്താക്കും.

# 9

# അരപ്പെര.

അരപ്പെര എന്താണെന്നല്ലേ? ഉരൽപ്പുര. ഉരൽപ്പുര ലോപിച്ച് ഉരപ്പുരയായി, പിന്നെ പിള്ളേരുടെ വായിൽകിടന്നു തേഞ്ഞ് അരപ്പെരയായി, പിന്നീടതങ്ങോട്ട് ഔദ്യോഗികനാമമായി. തറവാടിന്റെ വടക്കുവശത്തു കുഞ്ഞടുക്കളയോടുചേർന്ന് കോളാമ്പി മണ്ണിലിറക്കിയതുപോലെ ഉരൽ തറയിലിറക്കിയ ഒരു കൊച്ചു ചായ്പ്പ്. താളിയും കുണ്ടോലും ഒരു ഭാഗത്ത്, ചെറിയ വറചട്ടി, വലിയ വറചട്ടി, എണ്ണമണ്ട, ചോറ്റുച്ചട്ടി, ചാറ്റുച്ചട്ടി, മീഞ്ചട്ടി, കടുകുമണ്ട, ഉപ്പേരിമണ്ട തുടങ്ങിയ സുന്ദരൻ പേരുകളുള്ള മൺപാത്രങ്ങൾ, തേച്ചുമിനുക്കിയ അലുമിനിയം പാത്രങ്ങൾ, മൺകുടങ്ങൾ ഒക്കെ ഭംഗിയായി അടുക്കിവച്ച, ഉമിക്കരി നിറച്ച ഉറി തൂങ്ങിക്കിടക്കുന്ന തുറന്ന ചായ്പ്പ്. പല്ലുതേയ്ക്കലും പ്രകൃതിനിരീക്ഷണവുമായി എല്ലാവരും ദിവസം തുടങ്ങുന്നതിവിടെനിന്നാണ്.

അരപ്പെര ഉരച്ചു കഴുകുന്നതു കണ്ടാൽ ഉറപ്പിക്കാം പിറ്റേന്ന് അവിടെ ഒരു എമണ്ടൻ പണി നടക്കുമെന്ന്. അരിയിടിക്കൽ, ചക്കവരട്ടൽ, ചക്കവറുക്കൽ ഇമ്മാതിരി പണികളൊക്കെ പിള്ളേർ പിറുങ്ങാണികളുടെ ഇടയിൽ മെനക്കേടാണെന്നതുകൊണ്ട് അതൊക്കെ സ്കൂളുള്ള ദിവസങ്ങളിലാണ് അമ്മമാർ നിശ്ചയിക്കുക. സ്കൂളിലേക്ക് പോകുംമുൻപ് ഒരുങ്ങുന്ന അരപ്പെര, സ്കൂളിൽ നിന്ന് വരുമ്പോഴ്ക്കും പണിയൊക്കെ ഒതുക്കി ശാന്തമായിരിക്കും.

'ഞാനൊന്നുമറിഞ്ഞില്ലേ രാമനാരായണ ' എന്ന മട്ടിൽ.

തലേന്ന് ഉരലും ഉലക്കയും തേച്ചുകഴുകുമ്പോൾത്തന്നെ പിറ്റേന്ന് അരിപ്പൊടി ഉണ്ടാക്കുന്നുണ്ടെന്ന് ഞങ്ങൾക്ക് തോന്നിയിരുന്നു. ഉറക്കമെണീച്ച് അരപ്പെരയിലെത്തുമ്പോൾ കണ്ണമ്മ വലിയ പിച്ചളക്കലം, 'ടിക് ടിക്ന്നാട്ടി' നനച്ചഅരി അരിച്ച് പുതിയ കുട്ടയിൽ വാലാൻ വയ്ക്കുന്നു. നനഞ്ഞുവീർത്ത അരി, ഉരലിലിട്ട് താളത്തിൽ കൈമാറിമാറി ഇടിക്കുന്നു ദേവൂചേച്ചി. കൂട്ടത്തിൽ 'സ്സ് സ്സ് ' ന്നൊരു ശബ്ദവും. ഇടിയുടെ ആഘാതത്തിൽ

ഞെരുങ്ങിത്താഴുന്നതിനനുസരിച്ച് മുകൾപ്പരപ്പിലെ അരിമണികൾ ഉലക്കക്കടിയിലേക്ക് പോകുന്നു. അതൊരു സുന്ദരൻ കാഴ്ചയായിരുന്നു.

പൊടിഞ്ഞ അരിക്കൂമ്പാരത്തിൽ നിന്ന് കുറേശ്ശെ എടുത്തു ചലിക്കുന്നുണ്ട് അമ്മ.ചല്ലടയിലൂടെ നേർത്ത അരിമഴ മുറത്തിലേക്കു പെയ്തിറങ്ങി ഒരു മഞ്ഞുകൂനയായി. ആ മഴയിൽ വിരൽ കാണിക്കുമ്പോഴും, മഞ്ഞുകൂനയിൽ കുത്തുമ്പോഴും, സുഖമുള്ള തണുപ്പും മൃദുത്വവുമാണ്. അവിടുള്ളോർക്ക് സൈ്വര്യക്കേടും.

പൊടി വറുക്കാനുള്ള വലിയ വറചട്ടിയും, നീണ്ടവാലുള്ള മരച്ചട്ടുകവും അടുപ്പിനടുത്തുണ്ട്. വറുത്ത അരിപ്പൊടി ആറാൻ വയ്ക്കുന്ന വലിയ പുൽപ്പായയും അലക്കിയ മുണ്ടും ഊൺ തളത്തിൽ വിരിച്ചിട്ടുണ്ട്. ഉച്ചഭക്ഷണം നിറച്ച ചോറ്റുപാത്രങ്ങൾ ഊണുമേശയിൽ അടുക്കിയിട്ടുണ്ട്. സ്കൂളിലേക്ക് പോകാൻ മടി തോന്നി. ഉത്സവം കാണുന്ന പ്രതീതിയാണ് ഈ പണികൾക്കിടയിൽ കറങ്ങി നടക്കുമ്പോൾ. അവരുടെ വാർത്തമാനങ്ങളുടെ രസം വേറെ.

അരപ്പെരയുടെ തിട്ടിൽ കാൽനീട്ടിയിരുന്ന് 'ഈള് ചീന്തുന്ന' തങ്കമ്മയുടെ കത്തിപോകുന്നതിനനുസരിച്ച് ഉയർന്നുചാടുന്ന ഓലക്കീറുകളെ നോക്കിനിൽക്കുമ്പോഴാണ് ആ സന്തോഷവാർത്ത വന്നത്.മുതിർന്ന നേതാവിന്റെ മരണത്തിൽ അനുശോചിച്ച് അന്ന് കളക്ടർ അവധി പ്രഖ്യാപിച്ചിരിക്കുന്നു.മരിച്ച നേതാവിനും കാളിമുത്തിക്കും സ്തുതി പറഞ്ഞു തുള്ളിച്ചാടുമ്പോൾ അമ്മമാരുടെയും ചേച്ചിമാരുടെയും മുഖത്തുള്ള ഞെട്ടൽ

വ്യക്തമായി കാണാമായിരുന്നു. അരിപ്പൊടിക്കൂമ്പാരം നിരത്തൽ, അരിമഴ ശേഖരിക്കൽ, ഉലക്കയെടുത്തുകുത്തി അരി നിലത്തേക്ക് ചിതറിക്കൽ, വറുക്കുന്ന ചട്ടകം കുന്തമാക്കി ലുട്ടാപ്പി കളിക്കൽ, തുടങ്ങിയ ഞങ്ങളുടെ കലാപരിപാടികളെല്ലാം സ്കൂളിലേക്കുപോകുന്നതോടെ നിൽക്കുമല്ലോന്ന് സമാധാനിച്ചവരുടെ സമാധാനം അതോടെ പോയി. പിള്ളേരെ അരപ്പെരയിൽ നിന്നു മാറ്റാൻ എല്ലാരും ആഞ്ഞു ശ്രമിക്കുന്നുണ്ടെങ്കിലും, അപ്പൂപ്പൻ താടിപോലെ കറങ്ങിത്തിരിഞ്ഞ് വീണ്ടും കയറും എല്ലാരും അങ്ങോട്ട്. ഇതിന്റെയൊരു സാധ്യത മനസ്സിലാക്കി തങ്കമ്മയെക്കൊണ്ട് ഓലവാച്ച്, കണ്ണട, കൂടുംപാമ്പും, പന്ത്, അങ്ങനെ ആവശ്യങ്ങൾ നീണ്ടുനീണ്ടുവന്നു. ഒടുക്കം അത് പന്തൽ കെട്ടിത്തരണം എന്നതിൽ വന്നുനിന്നു. 'ഈൗള് ചീന്തൽ' പണി നിൽക്കുമെങ്കിലും അരിപ്പൊടിയെ ഭദ്രമായി കാത്തുരക്ഷിക്കണമെന്നുള്ളതുകൊണ്ട് മാത്തൂരമ്മ സമ്മതം മൂളി.

ഞങ്ങൾക്കത് ലോട്ടറിതന്നെയായിരുന്നു. പന്തൽപ്പണി ഞങ്ങൾ കൂട്ടിയാൽ കൂടില്ല.തങ്കമ്മ പതുക്കെ എണീച്ച്, സ്ഥാനമൊക്കെ തിരഞ്ഞ് അരപ്പെരയോട് ചേർന്ന തൊടിയിൽ ഒരു മുത്തശ്ശിമാവിന്റെ ചുവട് അടിച്ചുവാരി വൃത്തിയാക്കി ഇടികട്ട കൊണ്ട് നിരപ്പാക്കി, നാല് പടുമരത്തയ്കളിൽ നീളൻകമ്പ് വച്ച് മുറുക്കിക്കെട്ടി.ചെറിയ ചില്ലക്കമ്പുകൾ വെട്ടി അതിനുമേലെ നിരത്തിവച്ച് വഞ്ചിക്കയർ കെട്ടിമുറുക്കി. ഓരോ കമ്പ് വെട്ടുമ്പോഴും, കെട്ടിയുറപ്പിക്കുമ്പോഴും ഒരുപാട് കൈകളും കൂടും. പതുക്കെപ്പതുക്കെ പന്തലിന്റെ മേൽപ്പുര പൂർണ്ണമായി. അതോടൊപ്പം അപ്പുറത്ത് അരി നനയ്ക്കലും, അരിക്കലും, ഇടിക്കലും, വറുക്കലും, തകൃതിയായി നടക്കുന്നുണ്ടായിരുന്നു. തൈത്തെങ്ങിന്റെ പട്ടവെട്ടി മെടഞ്ഞ് മുകളിൽ വിരിച്ചപ്പോൾതന്നെ അതിനുള്ളിൽ കേറിയിരുന്നു എല്ലാരും. പച്ചപ്പട്ട ഈൗർക്കിൽ മാറ്റി ഓല മാത്രം നിർത്തി തോരണം പോലെ മൂന്നുഭാഗത്തും കെട്ടി, അടിഭാഗം പഴയൊരു സാരി കൊണ്ട് മറക്കുക കൂടിയായപ്പോൾ പണി പൂർണ്ണം. ഞങ്ങൾക്കുണ്ടായ ഒരു ആനന്ദം!!!.

ഒരുപാടുനാളത്തെ ആഗ്രഹമായിരുന്നു അത്.

നന്ദ്യാർവട്ടവും, ചെമ്പരത്തിയും, പഴുത്തപ്ലാവിലയും വാഴനാരിൽ കോർത്ത് ഇടക്ക് ഞാത്തിയും, മാവിലകൾ കൊണ്ട് തോരണം തൂക്കിയും, പന്തലിനെ അണിയിച്ചൊരുക്കി, അതിനുള്ളിൽ കടംകഥകളും, പാട്ടുപാടലുമായി സമയം നീങ്ങിയപ്പോൾ, അരിപ്പൊടികൾ മൺകലങ്ങളിൽ ഭദ്രമായി കേറിക്കൊണ്ടിരുന്നു. സ്കൂളിലേക്കാക്കിയ ചോറ്റുപാത്രങ്ങൾ തുറന്ന്, നെയ്യൊഴിച്ചുടച്ച ചോറും, മുട്ടപൊരിച്ചതും ചെറുപയറും, പന്തലിനുള്ളിലിരുന്ന് അകത്താക്കിക്കഴിയുമ്പോഴ്ക്കും അവസാനത്തെ അരിപ്പൊടിയും

മൺകലത്തിലേക്ക് കയറിയിരുന്നു.

കളികൾക്കിടയിൽ അരിപ്പൊടി ചലിച്ചെടുത്ത തക്ഴി (കുഞ്ഞുകട്ടകൾ )നെയ്യും തേങ്ങ ചിരവിയതും,പഞ്ചസാരയുമിട്ട് രുചിയോടെ കഴിച്ച് പന്തലിനുള്ളിൽതന്നെയിരുന്ന 'പിള്ളേർ പിറുങ്ങാണികൾ ',വീട് അടിച്ചുതുടച്ച് പാറിനടക്കുന്ന അരിപ്പൊടിക്കുഞ്ഞന്മാരെ പറപ്പിച്ചുവിട്ടിട്ടും വീട്ടിനകത്തേക്ക് വന്നതേയില്ല. എല്ലാം കഴിഞ്ഞ്, ചട്ടികളും കലങ്ങളും തേച്ചുമിനുക്കി അടുക്കി, നിലം കഴുകി വൃത്തിയായി ശാന്തമായി നിന്നു അരപ്പെര.

'ഞാനൊന്നുമറിഞ്ഞില്ലേ രാമനാരായണ' എന്ന ഭാവത്തിൽ.കൂട്ടിന് ഊൺ തളത്തിലെ തട്ടിനുമുകളിൽ ഞാനുമൊന്നുമറിഞ്ഞില്ലേ എന്ന് അരിപ്പൊടിക്കലങ്ങളും.

**വാൽക്കഷ്ണം :**

മില്ലിൽ നിന്നു വറുത്തുപൊടിച്ചുവരുന്ന അരിപ്പൊടിയിൽ നെയ്യും തേങ്ങയും പഞ്ചസാരയും ചേർത്ത് കഴിച്ചുനോക്കാറുണ്ട് ഞാൻ. അന്നത്തെ രുചിയുടെ ഏഴയലത്തെത്തില്ലെങ്കിലും, ഓർമ്മകളുടെ മധുരമുണ്ട് അതിന്. ബാല്യത്തിന്റെ സുഗന്ധവും.

# 10

# അയ്യനും കണ്ണനും.

അയ്യപ്പനേയും ശ്രീകൃഷ്ണനെയും ഓർമ്മിപ്പിക്കുന്ന ഈ രണ്ടു പേരുകൾ തറവാട്ടിലെ പണിക്കാരിൽ ഏറ്റവും മുതിർന്ന രണ്ടു സ്ത്രീകളുടേതാണ്. അയ്യ, കണ്ണ. അവരെ സ്നേഹത്തോടെ വിളിക്കുന്ന പേരുകളാണ് അയ്യനും കണ്ണനും. കണ്ണകൾ രണ്ടുള്ളതുകൊണ്ട് പല്ലില്ലാത്ത കണ്ണയെ തൊണ്ണിക്കണ്ണ എന്നാണ് വിളിച്ചിരുന്നത്. അതുപിന്നെ ലോപിച്ച് തൊണ്ണിയായി,തൊണ്ണനായി. അവരെ പുരുഷന്മാരുടേ ഗണത്തിലാണ് പെടുത്തിയിരുന്നത് തമാശയുടെയും കുസൃതിയുടെയും തലതൊട്ടമ്മമാർ. അവരില്ലെങ്കിൽ പണിയിടം ഉറങ്ങിപ്പോകും. ഉണ്ടെങ്കിലോ, ഏതു സമയത്തും എന്തു കുരുത്തക്കേടും, പൊട്ടിച്ചിരിയും പ്രതീക്ഷിക്കാം.

നന്നേ കറുത്ത്മെലിഞ്ഞ് കറുകറുത്ത മുടി നെറുകിൽ കെട്ടി, തലയുയർത്തി 'എടിയേ,' എന്നുവിളിച്ച് ആയത്തിൽ നടക്കുന്ന അയ്യമ്മ, വെളുത്ത്, ഉയരംകുറഞ്ഞ് മുഴുവൻ നരച്ച മുടി ഒതുക്കിക്കെട്ടി തുള്ളിത്തുള്ളി പാട്ടും പാടി നിലം നോക്കിനടക്കുന്ന കണ്ണമ്മ.മൂപ്പരുടെ പ്രിയപ്പെട്ട പാട്ട്, 'ധമ്മാരോ ദ്ധം' ആണ്. അതിനൊപ്പം ചുവടുവച്ചു 'ഡിസ്കോ ' കളിക്കും കണ്ണമ്മ. ഇടുപ്പും കണ്ണും വെട്ടിച്ച് ആ കളി കളിക്കണെങ്കിൽ പിന്നാലെ നടന്നു പുകഴ്ത്തിപ്രീതിപ്പെടുത്തണം. കാഴ്ച്ചക്കും പ്രകൃതത്തിലും അജഗജം വ്യത്യാസം ഉണ്ടെങ്കിലും അവരൊന്നാണ് എപ്പോഴും. പണിയിലും പണിയൊപ്പിക്കലിലും.

കൊയ്ത്തു സമയത്ത്, മെതിച്ച ശേഷം അടുക്കി കുഞ്ഞുകുണ്ടകളാക്കി വയ്ക്കുന്ന വയ്ക്കോൽ കറ്റകൾ, മുഴുവൻ കൊയ്ത്തും കഴിഞ്ഞിട്ടേ അഴിച്ച് പിന്നീടുള്ള പണികൾ ചെയ്യു.നൂറോളംവരുന്ന, കൂർമ്പൻതൊപ്പിയുടെഅകൃതിയിൽ നിരന്നിരിക്കുന്നകുണ്ടകൾക്കിടയിൽ ഒളിച്ചുകളിക്കാം. മഞ്ഞുള്ളപ്രഭാതങ്ങളിൽ ആ കൂർമ്പൻതൊപ്പിയുടെഅറ്റത്തുനിന്ന് പുകഉയരും.നേർത്ത മഞ്ഞിനിടയിൽ

പുകഞ്ഞുകൊണ്ടിരിക്കുന്നവയ്ക്കോൽകുണ്ടകൾ ബഹുരസമുള്ളകാഴ്ചയാണ്.ഇതിനിടയിൽഒളിച്ചാൽകണ്ടുപിടിക്കാൻപ്രയാസമാണ് . കപീഷിന്റെ കഥയിലെ വഴി കണ്ടുപിടിക്കാൻ പറ്റാത്ത കോട്ടയ്ക്കുള്ളിൽപെട്ടതുപോലെ.

ആദ്യം മെതിക്കുമ്പോൾ വിട്ടുപോകാൻകൂട്ടാക്കാതെ പറ്റിപ്പിടിച്ചു നിൽക്കുന്ന നെല്മണികൾ ഉതിർക്കാനായി കറ്റകൾ അഴിച്ച് മൂന്നടിപ്പൊക്കത്തിൽ തെക്കേമുറ്റം അടച്ച് പരത്തി അതിന്മേൽ ട്രാക്ടർ ഓടിക്കും.പിന്നെയത് കുടഞ്ഞെടുത്ത് പറമ്പു മുഴുവൻ പരത്തി വെയിലത്തിട്ട് നന്നായി ചിക്കിയുണക്കിയെടുത്തു ഒറ്റക്കുണ്ടയാക്കും. അങ്ങനെ നൂറോളം കുഞ്ഞുവയ്ക്കോൽ കുണ്ടകൾ ഒരു വലിയ ആനക്കുണ്ടയാകുന്ന പണിയാണ് വൈക്കോൽപണി.

ചിക്കിയുണക്കിയ വയ്ക്കോൽ വാരി കെട്ടുകളാക്കി ദീർഘവൃത്താകൃതിയിൽ പരത്തി ചവിട്ടിയമർത്തി നിറക്കുമ്പോൾപതുക്കെപ്പതുക്കെ ആനക്കുണ്ട ഉയർന്നു വരും.അടിഭാഗത്ത് കുറുകി ഇടയിൽ വിസ്താരം കൂടി മുകളിൽ കൂർത്ത് 'റ' ആകൃതിയിൽ നെടുനീളത്തിൽ നാലാൾപ്പൊക്കത്തിൽ ഉയരുന്ന കുണ്ടയിൽ മഴക്കാലത്തുപോലും വെള്ളമിറങ്ങില്ല. പടുകൂറ്റൻ ബ്രെഡ് പോലെ നീണ്ടുനിവർന്നു കിടക്കുന്ന ആനക്കുണ്ട, എല്ലാർക്കും ഒരത്ഭുതക്കാഴ്ചയായിരുന്നു. അടുത്ത വർഷം വരെ കന്നുകാലികൾക്ക് സുഭിക്ഷമായി കഴിക്കാനുള്ള വക കാണും അതിൽ. മഴക്കാലത്ത് അതിനടിയിൽ കൂണുകൾ പൊടിയും. കറുപ്പുകലർന്ന ചാരനിറത്തിൽ, കുഞ്ഞുകുടകൾ പോലെ വൈക്കോലിനുള്ളിൽ ഞെരുങ്ങി എത്തിനോക്കുന്ന വയ്ക്കോൽകൂണുകൾ. അത് പറിക്കാനും, പിച്ചിപ്പിച്ചി വൃത്തിയാക്കിക്കൊടുക്കാനും ഞങ്ങൾക്ക് നല്ല ഉത്സാഹമാണ്. കാലത്തെണീച്ചാൽ കുണ്ടക്കുചുറ്റും നടന്ന് കുരുവട്ടിയിൽ കൂൺ പറിച്ചിടാൻ മത്സരിക്കും ഞങ്ങൾ. വട്ടിക്കണക്കിന് പൊടിയും ചിലദിവസങ്ങളിൽ. ഉപ്പും മഞ്ഞളും തിരുമ്മി പകുതിവേവിച്ച 'കൂൺ സമ്മാനം ' അയൽപക്കങ്ങളിലും മിക്കവാറും ബന്ധു വീടുകളിലും എത്തും. കുരുമുളകും മല്ലിയും തേങ്ങാക്കൊത്തുമിട്ട്, നിറയെ ചെറിയ ഉള്ളി മൂപ്പിച്, ആട്ടിയ വെളിച്ചെണ്ണയിൽ മൊരിയിച്ചെടുക്കുന്ന കൂൺകറിയുടെ സ്വാദ് ഇന്നും നാവിൻതുമ്പിലുണ്ട്. ഫ്രിഡ്ജില്ലാത്ത കാലത്ത് കനലിൽ ചൂടാക്കിച്ചൂടാക്കിയെടുക്കുന്തോറും സ്വാദ് കൂടുമതിന്.ഒന്നോരണ്ടോ കൂൺ കിട്ടുന്നദിവസം മസാല പുരട്ടി പിഞ്ചു മത്തനിലയിൽ ചുരുട്ടി വാഴനാരു കൊണ്ടു പൊതിഞ്ഞ് കനലിൽ ചുട്ടെടുക്കും. അങ്ങനെ ചുട്ടെടുക്കുന്ന കൂൺ മത്തനിലയോടൊപ്പം അകത്താക്കാം.

ഉച്ചവരെ ചിക്കിയുണക്കിയ വയ്ക്കോൽ, ഒരു മൂന്നുമണിക്കുശേഷം കെട്ടുകളായി സ്ഥലത്തേക്ക് വന്നുപരക്കാൻ തുടങ്ങി.അകൃതിയും കനവും നോക്കാനും, ചവിട്ടിയൊതുക്കാനുമായി അയ്യമുത്തിയടക്കം പത്തുപന്ത്രണ്ടുപേർ നിരന്നുനിന്നു.ഇവർ ഒരുമിച്ച് ആനയെ വളർത്താൻ തുടങ്ങി. ഉയരം കൂടുന്നതിനനുസരിച്ച് കോണിവച്ചും,എറിഞ്ഞുകൊടുത്തും, കെട്ടിവലിച്ചുമൊക്കെ ഞങ്ങൾടെ കണ്മുന്നിൽ അത് വളർന്നു. ഏകദേശം തീരാറായപ്പോൾ മുകളിൽ നിന്ന് അട്ടഹാസവും കൂട്ടച്ചിരിയും!!.ബഹളം കേട്ട് വീട്ടിലെ വലിയവരുംകുട്ടികളുമടക്കം എല്ലാവരുംകുണ്ടച്ചുവടിലേക്കോടി. നോക്കുമ്പോൾ കറുത്ത പാന്റിട്ട് വഞ്ചിക്കയർ കൊണ്ട് മുറുക്കി, ഒരു കീറത്തുണി തലയിൽചുറ്റി , തോർത്തുകൊണ്ട് മുലക്കച്ച കെട്ടി ഇടുപ്പിൽ കൈയുംകുത്തി, വെറ്റിലക്കറ പിടിച്ച പല്ലുകൾ മുഴുവൻ പുറത്തുകാട്ടിനിൽക്കുന്നു അയ്യമ്മ!!വിട്ടുപോയ തുന്നൽ ശരിയാക്കാൻ അടുത്തുള്ള തയ്യൽക്കാരന്റടുത്തു കൊടുക്കാൻ അയ്യമ്മയെ ഏൽപ്പിച്ച അച്ചഛന്റെ പാന്റാണ്. മണ്ണാത്തിപ്പുള്ളു നടക്കുന്നതുപോലെ തത്തിതത്തി, മൂടുകുലുക്കി കുണ്ടപ്പുറത്തു വിരാജിക്കുന്ന അയ്യമുത്തിയെ നോക്കാൻ പോലും പറ്റാതെ എല്ലാവരും ചിരിച്ചുമറിഞ്ഞു.കണ്ണമ്മയുടെ 'ധമ്മാര് ദ്ധം' പാട്ടും കൂടിയായപ്പോൾ ആട്ടം ബഹുകേമം.പൊട്ടിച്ചിരിക്കിടയിലും മാത്തൂരമ്മയുടെ,'നിനക്കെത്ര വയസ്സായി അയ്യേ..?? ഇങ്ങോട്ടിറങ്ങ്. വച്ചിട്ടുണ്ട് നിനക്ക്', എന്നുള്ള ശകാരം പോലും ചിരിയുടെ ആക്കം കൂട്ടിയതേയുള്ളു.

താഴെന്ന് കെട്ടിക്കേറ്റിയ അവസാനത്തെ വയ്ക്കോലും മുകളിൽ വിരിച്ച്, മീതെ തെങ്ങിൻപട്ടയുമിട്ട്, കയർവഴി ഊർന്നിറങ്ങിയ അയ്യയെ ഒന്നുകാണട്ടെയെന്ന് മാത്തൂരമ്മ അന്വേഷിച്ചുനടക്കുമ്പോൾ, കുണ്ടക്കപ്പുറത്തെ വേലിചാടി ഇടവഴി ഇറങ്ങി പകുതി വഴി താണ്ടിയിരുന്നു അയ്യമ്മ.കൂലി വാങ്ങാതെ മുങ്ങിക്കളഞ്ഞ അയ്യമ്മയെ എല്ലാരും കൂക്കിവിളിച്ചിട്ടും,തിരിഞ്ഞുനോക്കാതെ കൈവീശിവീശി ആയത്തിൽ നടന്നുനീങ്ങി അവർ. ദൂരേക്ക്ദൂരേക്ക് ഒരു പൊട്ടുപോലെയായി മറഞ്ഞിട്ടും ഇവിടത്തെ ചിരിയലകൾ നിലച്ചിട്ടുണ്ടായിരുന്നില്ല.

വാൽക്കഷ്ണം.

അവർ രണ്ടുപേരുമില്ല ഇന്ന്. എങ്കിലും 'ധം മാരോ ധം' എന്ന ഹിന്ദിപ്പാട്ടുകേൾക്കുമ്പോൾ അവരെ ഓർമ്മവരും. അവർ കഴിക്കുന്ന ഭക്ഷണത്തിലെ ഒരു ഉരുളയുടെ രുചിയും.

വെറ്റില സഞ്ചിക്കുള്ളിൽ ഞങ്ങൾക്ക് കരുതിവയ്ക്കുന്ന കമ്പർക്കെട്ടിന്റെ മണവും.

സമർപ്പണം

പരുന്തിനും പണത്തിനും മീതെ
മൂല്യങ്ങളെ പറത്തിക്കാണിച്ച ,
എന്റെ
അച്ഛനും അമ്മയ്ക്കും.

www.ingramcontent.com/pod-product-compliance
Lightning Source LLC
LaVergne TN
LVHW021202160826
845679LV00024B/2217

* 9 7 9 8 8 9 6 9 9 0 8 1 9 *